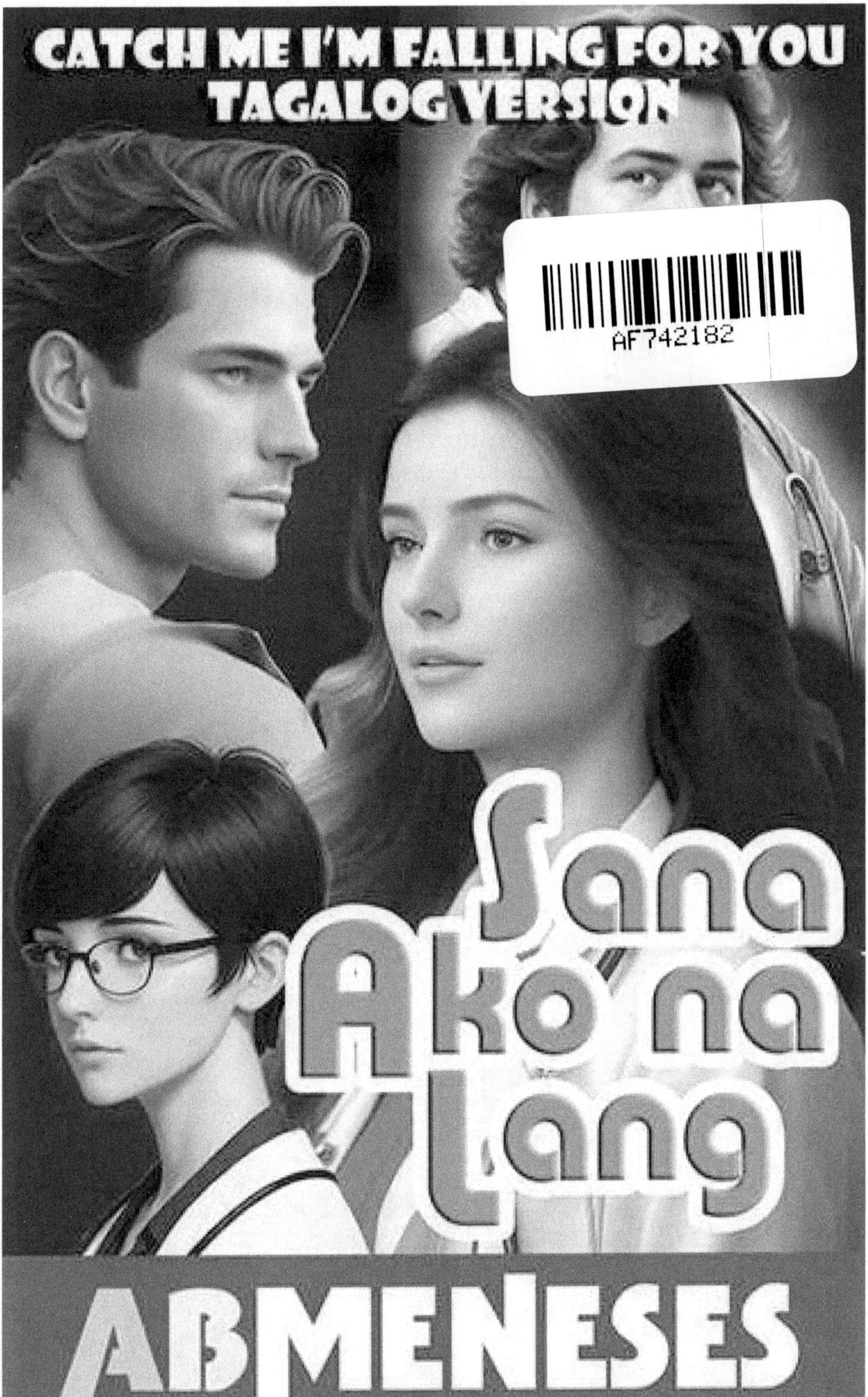
CATCH ME I'M FALLING FOR YOU
TAGALOG VERSION
Sana
Ako na
Lang
ABMENESES

To my ever supportive and loving wife,

Maridel

and

our two treasures,

David

and

Gwyneth

Thank you for supporting all my elusive dreams and for always believing in me I love all of you to the moon and back!

Published by
ABMENESES
(addmediacreatives@gmail.com)
9 Benefit St. GSIS Village, Brgy. Sangandaan, Quezon City, 1116

ISBN - EPub **978-621-8458-00-0**
Softbound/Paperback **978-621-8418-99-8**
Hardbound **978-621-8418-98-1**
PDF *(downloadable)* **978-621-8458-01-7**

Introduction

Isipin mo nga naman—hanap ka lang ng memes sa social media, biglang... BOOM! True love pala ang makikita mo! Oo, hindi mo na kailangan maglakad sa ilalim ng araw o umakyat pa ng bundok—hanap lang sa internet, andiyan na agad ang mga kwento ng pag-ibig na parang teleserye sa kaka-astig. Nakakabilib kung paano nagagawa ng tadhana (at siyempre, ng mabilis na Wi-Fi) na pagtagpuin ang dalawang tao na akala mo ay never ever magtatagpo.

Pasok sina Eunice at Ethan! Si Eunice, isang super-talented na doktora na kayang magpagaling ng kahit anong sakit—except sa sakit ng puso niya, 'di ba? Samantalang si Ethan naman, isang graphic artist sa online world—ang hari ng Photoshop at meme lord, kumbaga. Kung tutuusin, parang oil at water ang combo nila. Ibang mundo, ibang barkadahan, ibang timezone pa nga kung minsan. Walang kahit anong obvious connection. As in, wala! Zero. Zip. Nada.

So, paano nga ba nagkrus ang mga landas nila? Intriga ka na rin, ano?

Sumama ka sa kwento nina Eunice at Ethan—dalawang mukhang imposibleng magtagpo, pero pinagtagpo pa rin ng internet, ng pagkakataon, at ng sangkatutak na kabalintunaan ng buhay. Saktong sakto ang timing, parang nag-abot ang planeta at nagka-align ang mga bituin para lang magkita sila. Ang tanong: Kakayanin kaya nila ang lahat ng balakid para mahanap ang tunay na pag-ibig?

Kasi tandaan mo—ang pag-ibig, hindi lang basta dumadating. Minsan, dumadating yan habang nagla-like ka ng funny cat videos. Kaya kapit lang, dahil ang tadhana... may napaka-wacky na paraan ng pagdudugtong ng mga puso!

ABMeneses

Prologue

"Gina, anong ginagawa mo?" hintakot na tanong ni Eunice sa kaibigan.

"Ano pa e di tatawagan ko itong si Ethan na 'to!" sagot ni Gina, "dapat noon pa natin ginawa ito!"

Tahimik na natatawa si Ethan.

"Hahaha! Kung alam lang nila, naandito lang ako at kasa-kasama nila."

Pero muntik na siyang mabilaukan nang may napagtanto.

"Sheesh," bigla niyang nasabi sa sarili, *"tatawagan niya ako! Haaiiist, nakupo ang cell phone ko — kailangang mai-patay ko ito...!"*

"Dali-dali niyang dinukot ang cellphone niya sa kanyang bulsa. Pero dahil sa pagmamadali, nabitawan niya ito at bumagsak sa table. Habol-hininga niya itong tinangkang makuha pero...

!!!KRRRIIINNNGGGGG!!!

!!!KRRRIIINNNGGGGG!!!

Napatigil ang lahat sa biglang pagtunog ng cellphone niya. Napatigil ang lahat sa kanilang kwentuhan.

Ang lahat ay napatingin sa kanya, lalong-lalo na si Eunice at Gina. Para namang tuod si Ethan sa pagkakatayo, hindi malaman ang gagawin, habang hawak-hawak niya ang patuloy na pagtunog ng kanyang cellphone.

"Paktaylo ako!"

Sa oras na iyon, parang tumigil ang panahaon at nabalik sa ala-ala niya ang pinagsimulan ng lahat.

1
Nagandahan Kasi

Kasaluyang nagbo-browse si Ethan ng kanyang Facebook nang may nakita siyang litrato na sobrang nakakuha ng kanyang pansin.

"Wow! Grabe ang ganda ng girl na ito! Uhm, teka... legit kaya 'tong account niya?"

Kasalukuyan siyang nagpapahinga sa trabaho at naisipang silipin ang Facebbok account niya habang nagre-relax. Agad niyang pinuntahan ang page ng babae sa takot na baka maloko lang siya. Gusto niyang makasigurado dahil sa dami ng mga fake accounts at pekeng profile picture na naglipana sa social media.

"Whoa! Akalain mo, kagagawa lang ng girl na ito yung account niya! Hampasabol!," nasabi niya habang patuloy na pinag-aaralan ang mga post dito.

"Hmmm, mukha namang legit at totoo itong page niya, kahit na bago pa lang. At talagang maganda siya. Saka meron siyang parang naiibang charisma at appeal."

"Aba, talaga nga naman! Aba'y naandito na sa chicks na ito ang lahat. Sobrang ganda na niya at isa pa siyang doktor! Walandyu — pinagsamang beauty and brains! Ibang klase talaga! Va-va-voom!"

Muli niyang pinag-aralan ng mabuti ang mga picture. Naghahanap ng mga palatandaan na kokontra sa mga impresyon.

"Grabe, talagang maganda siya...*(sigh!)* at naiiba. Yung bang habang tinitingnan mo, lalo siyang gumaganda. At habang tumatagal lalo kang naaakit sa kanya. Iba yung ganda niya — parang bagong paligo at amuy presko and dating!"

Tiningnan niya ang pangalan sa page.

"Mmm... Eunice... Eunice Gorospe!" ang name niya. "Haaaay, bagay na bagay sa kanya yung pangalan. Ahhiiii! Teka nga pala — e bakit ba ako super-excited sa kanya?"

Muli naman niyang binusisi ang post pero kokonti pa lang ang mga nakalagay doon. Dahil na-curious na siya ng husto, tiningnan niya ang status ng girl.

"(Sigh!) Malas, may boyfriend na siya. Haaiist, e ano pa ba ang aasahan ko? Halleeer, yung ganda niyang iyon, hampasabol na wala pa siyang boyfriend!"

Dahil na-disappoint, bumalik na lang siya sa sariling page. Pero hindi mawala sa isip niya ang imahe ng babae. Nagbalak din siyang magpadala ng friend invitation pero nag-alangan.

"(Ngek!) Teka nga, hindi naman niya ako kakilala...ni wala kaming mutual friends — bakit naman niya ia-accept yung invite ko if ever. Hay, hwag na nga lang! Siguradong dededmahin lang niya yung invitation at magmumukha lang akong basang sisiw!"

Dahil masama ang loob, pinilit na lang niyang tingnan ang mga naka-post sa page niya. Paminsan-minsan ay nag-ko-comment o kaya naman ay nag re-react siya.

"Aba, tingnan mo nga naman! Nag-champion pala sina Lawrence sa inter-barangay na basketball sa distrito nila. Nakakainggit! Sayang, kung hindi lang nasabay yung assignment ko sa schedule ng laro nila, sana kasali ako sa kanila."

Katatapos pa lang ni Ethan ng pag-aaral ay agad na siyang nagtayo ng sarili niyang design company. Nagtapos siya ng kursong Advertising Arts sa University of the Philippines. Dahil bago at naiiba ang mga concept niya, mabilis silang nakilala at nagkapangalan. Hindi pa sila nakaka-isang taon ay tambak na sila ng project at mga kliyente. Ang kagandahan sa trabaho nila ay flexible and schedule nila at halos lahat ng projects at transaction nila ay online.

Hindi nagtagal ay tinamad na rin si Ethan sa pagtingin sa account niya at nag-visit ng ibang mga sites. Pero patigil-tigil din siya at wala don ang isip niya. Napa-iling na lang siya dahil lagi niyang nai-imagine ang girl sa Facebook.

"Haiisst! Ano ba yan? Ano bang problema ko? Nakakainis na, ha! Bakit hindi ba mawala sa isip ko yung girl na yun? Sus, ano bang ipinagkaiba niya at para akong sira ulo sa kaiisip sa kanya? At sa totoo lang, hindi ako dapat magkaroon ng interes sa kanya — dahil taken na siya! Ano ba itong nangyayari sa akin?"

Dahil frustrated, itinigil niya ang pagbo-browse at sumalampak na lang ng higa. Pinilit niyang matulog pero parang may sariling wisyo ang utak niya. Inuudyakan siya nito na padalhan ng friend request ang crush na girl. Inis na bumangon siya para matigil ang pangungulit na ito. Galit na pinagalitan niya ang sarili.

"Haaiisst! Sige na, sige na! Padadalhan ko na siya ng friend request, sabi niya sa sarili, "kung d'yan matatahimik ang makulit kong utak na ito na parang nasiraan na, gagawin ko na!"

Dagli niyang dinampot ang kanyang cellphone, binuksan ang Facebook at ginalugad hanggang makita muli ang girl. Inis na inis niyang pinindot ang "**Add Friend**" na buton.

Parang sira ulong pinagalitan niya ulit ang sarili.

"O, ano, kontento ka na? Me gusto ka pa bang ganap?"

Maya pay ay natawa siya ng mahimasmasan.

"Hahaha! Ay, parang napapraning na ako! Saka bakit ba ako nagda-dalawang isip pa sa pagpapadala ko ng friend request sa kanya? E, kahit noon pa naman, dati na naman akong nagpapadala ng sangtalaksang friend request sa mga taong hindi ko naman kakilala. Ano naman ang diperens'ya ngayon sa dati?"

Muli na naman niyang tiningnan ang picture nung girl at nailing.

"Hindi naman niya tatanggapin yung friend request ko...kaya hindi ko kailangang umasa. Suntok sa buwan talaga lang..."

Dahil dito, natahimik na ang utak niya at nalimutan na ang girl. Maya-maya pa ay naghihilik na siya.

* * * * * * * * * * *

Laking gulat ni Eunice nang makita ang sangkatutak na friend request sa Facebook niya nang tingnan niya ito.

"A-Aba, ano ito, bakit ang dami-dami kong friend request?" tuwang-tuwang nasabi niya. "Parang kahapon lang ako nag-open ng account. Paano nila ako nakilala?"

Kinikilig na in-accept lahat niya ang mga request.

Dahil sa din sa tuwa niya, nag-dagdag muli siya ng mga bagong pictures.

Kinabukasan, laking gulat na naman niya sa tuloy na pagdating ng maraming friend request. Tulad ng nakaraang araw, tuwang-tuwa na naman siya. Pero medyo nag-alinlangan na rin siya. Tiningnan niya muli ang mga request, pero hindi tulad ng dati, iilan lang ang in-accept niya.

Nang sumunod na araw, na overwhelm na siya ng tuluyan sa patuloy na pagdating ng mga friend request.

"*(Sigh!)* Ano ba ito, hindi ko naman kilala ang mga ito — bakit sila nagpapadala ng friend request sa akin?"

Dahil naguguluhan na siya, hindi muna siya nag-accept ng friend request.

* * * * * * * * * * *

Dahil hindi na niya malaman ang gagawin, ipinaalam ni Eunice sa boyfriend niya ang tungkol dito.

"Albert, baka pwede mo akong bigyan ng advice. Nahihilo na kai ako sa dami ng friend request ko sa Facebook. Gulong-gulo na ako bakit maraming nagpapadala sa akin...e, hindi ko naman sila mga kakilala. Paanong nangyari 'yon...paano nila ako nakilala?"

Dismayadong tiningnan siya ng boyfriend. Hindi nito itinago ang pagkainis at pinagalitan siya.

"Sheesh! Hindi ka ba aware na may feature ang Facebbok na nagsa-suggest ng mga tao na pwede mong maging friends. Obviously, sumulpot ang name mo sa mga account nila."

"G-Ganon ba 'yun?"

Hindi nito sinagot ang tanong niya at sa halip ay sarcastic na nag usisa.

"Arruump! Tinangggap mo ba naman yung mga request nila?"

"O-Oo...ang dami nga! Excited kasi ako nung una, so tinanggap ko lahat. Nung kinabukasan, konti na lang ang in-accept ko kasi medyo nag-aalangna na ako. Nung mga sumunod na araw...hindi na muna ako nag-accept."

"Hahaha! Kitang-kita talaga ang katangahan mo," pang-aasar ni Albert.

"Huh, bakit...anong ginawa kong mali?"

"Harruump! Maraming naglilipanang mga member ng Facebook na nagpapadala ng friend request ng basta-basta lang. Karamihan kasi sa mga ito, akala nila pag marami silang friends e, popular sila! O, kaya naman, marami din sa Facebook yung naghahanap lang ng maloloko. FYI, maraming scams ang nangyayari sa Facebook ngayon."

"TALAGA?"

"Oo! Hindi lang mga scams, mas marami pang mga shenanigans ang modus operandi ng mga karamihan, lalong-lalo na ang mga lalaki na may mga masamang balak. Naghahanap sila ng mga, uhm, tatanga-tangang babae...na pwede nilang maloko para mapagsamantalahan nila.

"Ibig mong sabihin...yung malalaswa at bastos...?"

"Mismo! Kakaibiganin nila kunwari yung victim, magku-kwento ng mga nakakaiyak na story para lang maka-gain nang confidence. Kapag napaniwala na nila yung target nila, dun na nilang uumpisahan yung MO nila. Todo-todong pupurihin nila yung victim, tapos papangakuan pa ng mga matatamis na salita. Before long, makikipag-meet ups na at tuloy-tuloy na hanggang ma-scam or mapag-samantalahan na nila yung kawawang biktima. Magnanakaw, rapist, scammer...lahat na, meron nito sa Facebook. Maraming mga predators na naghihintay lang sa mga mangmang — JUST LIKE YOU! Hahaha!"

Hindi man lang pinansin ni Albert na nasaktan niya si Eunice. Taken for granted at wala siyang pakialam kahit na nasasaktan o naiinsulto niya ang kasintahan.

Panandaliang nanahimik si Eunice. Kahit nasaktan ay ipinag-walang bahala na lang niya ito.

"Uhm...a-ano na ang gagawin ko?" nahihiya niyang tanong.

"Gosh — it's so simple, Eunice...i-unfriend mo sila lahat!"

"LAHAT?"

Inis na inis na tiningnan siya ni Albert bago sumagot

"Haarruump! What am I gonna do with you? You're so...hmmp, never mind!"

Sinigawan niya si Eunice habang tinitingnan ng masama.

"LAHAT NG HINDI MO KAKILALA! Gosh, Can't you get that into that thick head of yours? Just unfriend everybody that you don't know."

""Hindi ba sila mao-offend?"

"Offended, my foot! They won't even care! Tulad nga ng sabi ko, karamihan lang sa mga 'yon naghahanap lang ng mga tatanga-tangang tao... just like you! Ni hindi nila mapapansin kung i-unfriend mo sila."

"Uhm, so, sinong i-unfriend ko?"

"Haaiisst! Kailangan pa bang ulit-ulitin ko ang sinabi ko? I-unfriend mo lahat yung mga hindi mo kakilala — lalong-lalo na yung mga lalake! Sigurado, may masasama silang balak."

"Ganon? E, paano naman yung mga hindi ko personal na kakilala... pero kilala nila ako dahil kamag-anak nila ako?"

"Check for a mutual friend."

"Mutual friend?"

"Hay, naku — sa madaling salita, tingnan mo kung friend sila ng taong kilala mo. Tingnan mo yung listahan nila ng friends. Kung kakilala nila, yun na ang guide mo kung sino ang hindi mo aalisin."

Pagkatapos mag-explain, pakutyang tiningnan ni Albert si Eunice.

"O, ano, naintindihan mo na ba ako — o kailangang i-repeat ko pa lahat sa iyo?"

"Uhm, o-okay na...naiintindihan ko na," maamong sagot ni Eunice.

2
Haaayyy, Si Destiny Talaga!

Nang gabi rin 'yon, sinimulan na ni Eunice, magtanggal ng mga pangalang hindi nman niya kakilala sa listahan niya sa Facebook.

"Ummm, hindi ko siya kakilala...pati itong guy na ito...at ito pa..."

Metikulosong pinag-aaralan niya ang bawat pangalan sa listahan.

"Sino 'to? Tsek ko nga...naku, friend pala siya ni Gabbi. Okay, you stay on my list."

"Nooo, hindi ko kilala ang guy na ito."

"Whooops! Muntik na akong magkamali. Distant cousin pala siya ni Mom. Buti na lang hindi ko siya tinanggal, kundi lagot ako kay Mom. Hihihi!"

Patuloy siya sa pag-check ng mga pangalan hanggang dumating siya sa pangalan ni Ethan.

"Ethan... Ethan Hontiveros. Do I know this guy?" tanong niya sa sarili. Tiningnan niya ng husto ang profile picture nito, pati na pag-check sa mutual friends.

"Nope, wala kaming mutual friends."

Muling pinag-aralan ni Eunice ang picture ni Ethan

Sa kasamaang palad para kay Ethan, hindi yung best niya ang ginamit niyang profile picture. Ang inilagay niya bilang picture ay yung mahaba at mabalbas na picture niya. Kuha ito noong gumanap siyang Jesus Christ nang nakaraang Holy Week. Proud na proud siya kaya ito ang ginamit niya. Hindi man siya mukhang hoodlum dito — mukha din naman siyang bad boy.

"Hindi, hindi ko kakilala ang taong ito. Ni wala kaming mutual friend."

Ia-unfriend na dapat niya si Ethan ng biglang tumunog ang cellphone niya.

!!!TI-DI-DIT!!!   !!!TI-DI-DIT!!!

Dali-dali niya itong sinagot.

"Yes, Dad?"

"Nakauwi na ba si Mommy?"

"Yup, naandito na siya, uhm, kaya lang naliligo siya. Gusto mo ba siyang kausapin?"

"Hindi, okay lang," sagot ni Dad, "paki sabi na lang kay Mom na male-late ako ng uwi kasi may importanteng meeting akong pupuntahan."

"Uh-hum, okay! Meron ka pa bang gustong ipasabi sa kanya?"

"Mmmm...wala na. Ayoko kasing mag-alala si Mom."

Nag-usap pa sila ng ilan pang sandali bago nagpaalamanan.

"Bye, Dad!"

"Bye, anak. O, hwag mong kakalimutan yung bilin ko, ha!"

"Yes, Dad!"!"

"Hihihi! Si Dad talaga, napakamaaalahanin."

Hindi namalayan ni Eunice na habang kausap niya si Daddy ay na-scroll niya pataas ang Facebook list, lampas sa pangalan ni Ethan.

Bigla niyang naalala ang ginagawa at bago pa tiningnan ang phone ay na-unfriend na na niya ang sumunod na pangalan pagkatapos ni Ethan.

"Okay, nasaan na nga ba ako? Umm, ang susunod sa listahan ay itong cute na batang ito. Ohhh, I know her — first cousin ko siya..."

3
Si Destiny Ang Culprit

Hindi makapaniwala si Ethan sa nakita matapos mag-open ng Facebook. Kauuwi lang niya pagkatapos manood ng Black Eyed Peas na nag-perform sa closing ceremonies ng 2019 SEA Games. Talagang balak niyang sumalampak at matulog ng walang gisingan. Napilitan lang siyang buksan ang account dahil dito ipinadala ng client ang mga importanteng files na kinakailangan sa rush job para sa kinabukasan.

Grabe ang hiyaw niya nang makita ang notification na accepted na ang friend request niya kay Eunice Gorospe.

"WHA — TOTOO BA 'TO? Tinanggap niya ang request ko... "kakaba-kabang tanong niya sa sarili. Ilang beses niyang nagpikit-bukas ng mga mata para lang makasigurado. Pero totoo ang nakikita niya.

"EEYYAAHHOOO!" ang sigaw niya habang nagtatatalon.

Nang mahimasmasan, hindi niyang maiwasang matawa sa reaksyon ginawa.

"Walandyu! Akala mo naman, nanalo ako sa lotto sa nangyari. Naloloko na ba talaga ako? Suss, e, ano kung in-accept niya ako — anong big deal doon, bakit ganoon na lang ang tuwa ko?"

Pilit din niyang ipinag-walang bahala ito.

"Hmmmp! Isa lang siyang picture at pangalan na kaibigan ko sa Facebook — kasama ng sangdamakmak kong mga kaibigan. Ni hindi ko nga siya personal na kakilala — nagkataon lang na tinanggap niya ang friend request ko...yun na yon! Walang dahilan para matuwa ako ng wagas."

Pero hindi niya pwedeng itago na sobrang saya niya ng mga oras na iyon. Hindi niya maipaliwanag pero grabe ang epekto sa kanya ng pagkakatanggap sa kanya. Sa sobrang saya niya ay in-accept din niya lahat ng friend request na nakapila sa kanya.

"(Chuckle!) Kung nagawa niyang i-accept ako kahit na hindi niya ako kakilala, e, di pwede ko ring gawin 'yun. Pay it forward, ika nga nila."

Bahagyang nabawasan ang saya niya ng maalalang may boyfriend na ang girl.

(Sigh!) Sayang lang talaga at may boyfriend na siya. Sabagay, tulad nga ng sinabi ko noon, imposibleng wala pa siyang boyfriend sa ganda niyang iyon. At least, tinanggap niya ang friend request ko...at ngayon, magkaibigan na kami, kahit sa Facebook lang..."

* * * * * * * * * * *

Maliban sa pagiging maganda, isang respetadong doctor din si Eunice sa Philippine General Hospital, at nakapagtapos bilang magna cum laude sa UST. First year college siya ng makilala niya si Albert. Dahil baguhan lang siya at galing sa probinsiya, sobrang siyang mahiyain at kulang sa self confidence, samantalang si Albert naman ay sobrang mayabang, arogante at bilib na bilib sa sarili. Kahit nakakatawang isipin, itong mga bruskong ugali ni Albert ang naka-appeal kay Eunice. Feeling niya, napoprotektahan siya ni Albert at napupunuan nito ang kanyang mga kakulangan. Dahil magka-classmates sila, lumalakas ang loob ni Eunice kapag naandoon siya. Kahit na sabihin pa na madalas na siya ang laging inaasar at kinukutya nito, pakiramdam ni Eunice ay protektado siya ng husto at nagkakaroon siya ng self confidence.

Nang niligawan siya nito, agad niyang sinagot ito kahit na may iba pang nanliligaw sa kanya sa takot na baka magbago pa ang isip nito. Nakasanayan na niya ang ugali nito at natatakot na siyang mag-entertain pa ng ibang manliligaw. Dahil sobra siyang mahiyain, si Albert lang ang tanging nasa isip niya.

Gayunpaman, nagbago ang lahat ng ito nang tumagal na. Bilang isang palaging estudyanteng nagtatamo ng mataas na grado noong kanyang mga araw sa senior high, mabilis niyang napatunayan ang kanyang kahusayan sa akademya. Ang kanyang mga takot at kawalan ng kapanatagan ay napalitan ng tiwala sa sarili at katalinuhan.

Pero hindi pa rin nagbago ang pakikitungo ni Albert sa kanya. Ang tingin pa rin nito sa kanya ay mababa at inferior kahit na mas matataas na ang kanyang mga grado kumpara sa kanya. Sa halip na matuwa, lalo lamang nitong minamaliit siya. Sa sobrang laki ng ego ni Albert, ang buong paniniwala pa rin niya ay mas matalino pa rin siya kay Eunice.

Marami na ring pagkakataon na napupuno na si Eunice sa maling pagtrato sa lanya ni Albert at gusto rin niyang makipag-break. Pero laging nagbabago ang isip niya. Kahit alam niyang marami pang umaali-aligid sa kanya, si Albert pa rin ang pinipili niya. Dahil siya ang una at tanging boyfriend niya, masyado niya itong pinapahalagahan. Kahit na lagi siyang binu-bully nito, ang pagiging faithful nito sa kanya ang laging pinanghahawakan niya.

* * * * * * * * * *

Hindi mapigilan ni Ethan na ma-excite katitingin sa mga litrato ni Eunice. Sobrang saya at tuwa ang nararamdaman niya. Pinag-aaralan niya ang mga mata ni Eunice. Gusto niyang malaman kung ano ang iniisip nito sa bawat picture. Ini-imagine din niya na naandoon siya at sa kanya nakatingin si Eunice.

"*(Chuckle!)* Ano ba yan?! Ano ba itong nangyayari sa akin. Matindi talaga ang epekto ng babaing ito sa akin. Aba, e, para akong 12 years old na batang na love struck!"

Hindi naman nakapagtataka na isipin ito ni Ethan. Marami na rin naman siyang naging super va-va-voom na mga girlfriends dati. Marami dito ay mas maganda pa kay Eunice kung iku-kumpara. Hindi rin naman pahuhuli si Ethan kung papogian din lang ang pag-uusapan. Dreamboat ika nga, a ladies man — kaya nga marami ring chicks ang naghahabol sa kanya. Pero wala sa mga ito ang nagpakabog sa dibdib niya.

Ika nga niya, kapag nakakita ka na ng magandang chicks, pare-pareho na ang tingin mo sa kanila. Of course, bilang isang true blooded Cassanova, naa-attract din siya kapag nakakakita ng magandang girl — pero, cool lang siya. Hindi siya nae-excite at chill lang siya.

Hanggang dumating si Eunice.

At ganun-banun na lang, biglang nagulo ang takbo ng utak niya.

* * * * * * * * * *

Naaaliw si Eunice sa pagtingin ng mga post niya. Halos lahat ay may reaction na like, love, haha at wow.

"Nag-evolve na talaga ang Facebook," naisip niya, *"dati, 'like' lang ang reaction na meron."*

Hindi naman completely newbie si Eunice sa Facebook. Nagkaroon na rin siya ng account noong senior high niya hanggang sa simula niya sa college. Kaya lang, unti-unti na siyang nawalan ng panahon dito dahil sobrang nasubsob na siya sa pag-aaral. Nang magtagal ay nakalimutan na niyang tuluyan ang Facebook.

Ngayong doctor na siya at marami nang free time, naisipan niya muling mag-Facebook. Dahil na rin sa matagal siyang natigil, medyo nangapa pa siya sa simula. Pero ngayon ay nagagamay na niya muli ito.

"Uhm, okay, maliban sa bagong interface, pareho pa rin naman ang Facebook," naisip niya. "Hindi rin naman siguro ako mahihirapang mag-navigate dito."

Out of curiosity, tiningnan niya kung sino ang nagre-react sa mga post niya. Medyo nag-alangan siya ng mapansin niya na may reaksyon sa lahat ng post niya ang isang Ethan Hontiveros.

"Ethan...Ethan Hontiveros? Sino siya? Di ba in-unfriend ko na siya?"

Naalala niya ang warning ni Albert at pinuntahan niya ang page ni Ethan para i-unfriend siya. Kaya lang medyo na curious siya. Tiningnan niya ang ilang post nito at natuwa siya nang makitang gumanap si Ethan nang role bilang si Jesus Christ.

"Tee-hee! Kaya pala ang haba ng buhok niya at may bigote't balbas."

Medyo napaisip siya kung ia-unfriend niya ang binata o hindi. Muli niyang tiningnan ang mga picture nito.

"Mmmm, mukha naman siyang mabait. Saka, big plus sa kanya yung nagganap siya ng role bilang si Jesus. Pero..."

Muli niyang tiningnan ang profile picture ni Ethan. Matagal na napako ang tingin niya sa mga mata nito. Pakiramdam ba niya ay sa kanya siya mismo nakatingin. Expressive at maamo ang mga mata ni Ethan kaya na infatuated si Eunice dito.

Bigla siyang nagulat sa malakas na busina na galing sa labas nila. Natawa at nailing na lang siya

"*(Giggle!)* Ano bang nangyari sa akin."

Muli niyang tiningnan ang picture ni Ethan.

"(Sigh!) Grabe ang ganda ng mga mata niya. Hihihi! Oo, tanggap ko na...waterloo ko ang mga magagandang mata, lalo na yung expressive. Okay, Mister Jesus Christ guy or whoever you are — because of those eyes of yours, you stay as my friend!"

Maya-maya pa ay tumigil na siyang mag-Facebook at nawala na sa isip niya ang mga nangyari.

4
Paikot-ikot Lang

"O, ano, dinispose mo na ba ang lahat ng friend wannabe's mo sa Facebook?" tanong ni Albert kay Eunice habang kumakain sila ng tanghalian sa canteen. Nagulat si Eunice sa tanong at hindi malaman ang isasagot.

Mandalas mag-isa lang si Eunice kapag kumakain sa canteen. Minsan kasama niya si Gina, ang BFF niya. Madalas kasing tinatanggihan siya ni Albert tuwing niyayaya niya itong kumain. Marami itong excuse na kung anu-ano. Kahit ayaw tanggapin ni Eunice, alam niyang mas gusto ni Albert na makipag-kiskisang siko sa mga big shots ng hospital kaysa sa kanya. Alam din niyang nagpupumilit ang boyfriend niya na palaparin ang connection niya para mapabilis ang pagtaas ng posisyon.

Nagkasalubong si Eunice si Albert malapit sa canteen nang araw na iyon. Kahit pilit ang pagtanggi, napilit ni Eunice si Albert na samahan siyang kumain.

Pero sumama lang ang loob ni Eunice dahil para din siyang walang kasama habang kumakain. Siya lamang ang nagsasalita at nagpipilit makipagkwentuhan, habang si Albert naman ay halos hindi sumasagot. Halatang bored na ito at parang tamad na tamad sa kanya. Wala nang nagawa si Eunice kung hindi tanggapin ang kanyang miserableng kapalaran.

Kaya ganoon na lang ang gulat niya nang bigla na lang siyang tinanong.

"Huh? Anong sabi mo?"

Hindi itinago ni Albert ang pagkainis at sininghalan siya.

"Haaiist! May problema ka ba sa tenga mo?"

"Umm, sorry, sorry! Hindi ko kasi ine-expect yung pagtatanong mo."

"Sheesh! Kaya walang nangyayari sa career mo dito sa hospital — lagi ka na lang walang focus!"

"Bakit mo naman nasabi yan?"

"Hah! Hindi naman sa pagyayabang pero angat na angat na ako sa iyo kung accomplishment lang ang pag-uusapan. In fact, I'm already being groomed for some serious responsibilities while you're still stuck in the ER."

"Kasi panay ang pag-sisipsip mo at para kang linta sa pagdikit mo sa mga boss ng hospital," ito sana ang gustong isagot ni Eunice pero nanahimik na lang siya..

"O, wala ka ba man lang na masasabi?" patuloy na pangungutya ni Albert, "hindi ka ba naiinggit sa akin?"

Hindi pinansin ni Eunice ang pang-iinis.

"Okay, okay, so be it...uhm, ano nga ba ulit yung tanong mo?"

Halatang na bad trip kaya paangas na sumagot si Albert.

"(Grumble!) Ang sabi ko — ibinasura mo na ba lahat yung mga friend wannabe's mo sa Facebook mo?"

"Oo naman..." sagot ni Eunice pero medyo nag-alangan nang naalala si Jesus Christ guy.

"O, bakit para kang natigilan? *(Snicker!)* H'wag mong sabihin na mayroon ka na agad na kalandiang ginagawa sa Facebook."

Nag-dalawang isip si Eunice kung sasabihin ang totoo. Wala siyang masamang ginagawa at nagsasawa na rin siya sa patuloy na pang-aasar sa kanya. Sigurado siya na kapag sinabi niya ang tungkol sa bago niyang friend sa Facebook, hindi siya tatantanan alaskahin at alipustahin ng boyfriend.

"(Sigh!) Bakit kailangang sabihin ko sa kanya ang lahat? Pagagalitan lang niya ako at pamumukhaan. Wala namang masama kung makipag-kaibigan ako sa Facebook. At saka, mukha namang matino at mabait yung guy, bakit kailangang i-unfriend ko siya."

Malakas ang boses na sumagot siya.

"Albert, h'wag mong subukan ang pasens'ya ko. Please don't try to insinuate things like that to me. Hindi ko gusto ito."

Diretso siyang nakatingin at ni hindi siya kumurap habang nagsasalita.

Sasagot sana si Albert pero nang makitang galit siya ay minabuti na lang na tumahimik. Nagkunwari na lang siyang may ginagawa at tumingin sa malayo.

Tahimik na natapos ang kanilang pagkain. Hanggang sa magkahiwalay ay hindi na sila nag-usap.

****

Habang lumilipas ang mga araw, nagugulat at natutuwa si Eunice sa patuloy na pag-react ni Jesus Christ guy sa lahat ng post niya. Kahit na mga maiikling mga post lang, tulad ng "I'm tired", "Toxic day" o kaya "Lord Thank You" ay nila-love nito.

Hihihi! Ano kayang nakain ng guy na ito? Napagkamalan ba niya akong celebrity o kaya ay isang sikat na influencer?"

Hindi naman niya pwedeng i-deny na na flattered siya sa palagi nitong pag love react sa mga post niya. Syempre naandoon yung feel-good na vibes tuwing makikita niya ito.

"(Giggle!) Siguro, lonely itong guy at nagkakaroon siya ng solace tuwing makikita niya ang post ko. O kaya naman e, pareho ko siyang newbie at kokonti lang ang mga friends."

Bigla niyang naisipang tingnan ang mga friends list ni Ethan. Medyo naguluhan siya nang makitang marami itong kaibigan.

"Huh! Ang dami pala niyang mga friends. So bakit siya naaaliw sa akin?"

Medyo pinag-isipan niya ito ng husto. Maya-maya ay napangiti siya. Dahil naintriga, inisa-isa niya ang mga kaibigan ni Ethan para patotohanan ang suspetsa. Muli na naman siyang nagtaka.

"Uhm, m-marami din siyang friends na babae. A-At marami dito ay magaganda...at hamak na mas magaganda pa sa akin..."

Napahiya siya sa sarili. Buong akala niya ay walang magandang kaibigan si Ethan. Kaya sobra-sobra ang paghanga nito sa kanya ay dahil wala siyang kaibigan na kasing-ganda niya.

"Nakakahiya!!! Sobrang nakakahiya ako! Mabait lang talaga itong Ethan guy. Sheesh, ang yabang-yabang ko, feeling conceited when all the while mabait lang talaga siya. Siguro, ganito din siya sa iba pa niyang friends. Ahiiiiii, dyahi, talagang nakakahiya! Buti na lang, nalaman ko agad at ako lang ang nakakaalam ng kapalpakan kong ito!"

****

Sa kabilang banda, medyo nag-aalangan na rin si Ethan kung bakit ganoon na lang siya affected kay Eunice.

"(Sigh!) Weh, ano nang nangyayari sa akin? Bakit naman sobra-sobra akong naloloko dito sa Eunice na ito? Bakit talon ng talon ang tibok ng puso ko tuwing makikita ko ang picture niya. Weh, why oh why — this can't be happening to me!"

Kung tutuusin, may karapatan si Ethan na umangal. E, ang dami-dami n'yang magagandang mga naging girlfriend. Yung last two flames niya ay mga sobrang va-va-voom sa ganda. Kaya nga naiinis siya sa nangyayari sa kanya. Tingi niya ay para siyang isang na love-struck na 10-year old kid.

"Totoo kaya yung k'wentong may soulmate tayo? Na somewhere out there, meron kang ka-partner na destined para sa iyo. Na kapag nakita mo daw siya, para daw magnet na mapapalapit ka sa kanya?"

Frustrated na iwinasiwas ni Ethan ang ulo niya.

"Kalokohan! Hay, naku, ano ba yang mga ka-ekekan na pumapasok sa isip ko? Napa-praning na ba ako talaga?"

Muli niyang tiningnan ang picture ni Eunice. Sinubukan tingnan ito ng wala lang. Yung bang dedma lang. Pero ilang segundo lang ay mabilis pa sa rapido ang bilis ng pagtibok ng puso niya. Hindi na niya mapigilan ang bumulalas ng tawa.

"Hahahahaha! Hopeless na ako talaga!"

Napa-buntung-hininga na lang siya at tinanggap ang pagsuko.

"Weh, e ano kung crush ko siya — wala namang masama dun, di ba? Kung naiin-love ako sa mga celebrity at mga artista...e, di pwede rin akong magka-crush sa kanya. E, kung doon ako masaya, bakit ako papipigil!"

Parang naibsan ang dinadala niyang bigat sa dibdib at masaya niyang tiningnan muli ang mga post ni Eunice.

"(Chuckle!) Okay, alin pa ba dito ang hindi ko pa nalalagyan ng love react..."

5
Sorry Na, P'wede Ba?

Medyo natulala si Eunice nang makita na maliban sa love reaction, mayroon din comment si Ethan sa post niya. Sa gulat niya, nakalipas ang ilang sandali bago niya nawari kung ano ang ibig ipaabot sa kanya ng comment.

Naguguluhang binasa niya ito ng malakas.

"Take care of yourself?"

Muli niyang tiningnan ang picture niyang naka-post. Lugmok siyang nakasalampak sa isang silya sa ER room. Stolen shot ito ni Gina at kitang-kita sa picture ang sobrang pagod niya. Sobrang dami ng pasyenteng isinugod sa ER noong araw na iyon at halos wala siyang pahinga. Natuwa si Gina sa itsura niya kaya kinuhanan siya ng picture at pinost sa Facebook account niya, sabay na rin ng pag-tag sa kanya. Nilagyan niya ito ng caption na "dog-tired from work and no lovelife." Naging tampulan ito ng biruan at katatawanan sa pagitan nilang dalawa. Hindi pa lumilipas ang araw ay nalimutan na ni Eunice ang tungkol dito.

Una agad niyang naisip si Albert.

"Uhm...teka, hindi kaya masamain ni Albert ito?"

Naisip niyang ipatanggal kay Gina ang post pero pinigilan ang sarili.

"Nope, at bakit ko naman ipatatanggal, e post ni Gina ito. Isa pa wala namang masama sa comment niya. Hindi ko ito dapat lagyan ng ibang kahulugan. Concern lang yung tao...wala namang masama doon."

"Ummm, saka, hindi lang naman siya ang nag-comment... marami pang iba!" pinal niyang sinabi.

Muli niyang naalala ang kanyang boyfriend.

"(Sob!) Buti pa yung taong iyon, nagbi-visit at nare-react sa mga post ko...samantalang si Albert ni hindi maka-visit. Dito nga sa hospital, magkasama ka kami, pero madalang pa sa paglitaw ng buwan kam magkita."

Kay Ethan naman ang nabaling ang kanyang pansin.

"Nakakatuwa rin ng damdamin kapag naiisip mo na may taong nagke-care sa iyo."

Sumagi muli sa isip niya si Albert ang kung ano ang magiging reaksyon nito.

"Hmmp! Ni hindi nga siya nadalaw sa page ko, nungka naman na makita niya iyon!"

D'yan nagkamali si Eunice!

* * * * * * * * * *

Hindi maintindihan ni Ethan kung anong nakain niya at nag-comment siya sa post ni Eunice.

Nang makita niya si Eunice na nakasalampak sa silya at mukhang pagod na pagod, hindi niya napigilan ang sarili na mag-comment.

Kinabukasan ay saka niya naisip ang nagawang pagkakamali.

"Uhm...baka mailang si Eunice kapag nakita niya ang comment ko. Hindi naman niya ako kilala ng persona. Burahin ko kaya yung commnet ko? Pero, tiyak nabasa na niya ito. Kung buburahin ko, lalong hindi maganda ang magiging dating. Anyway, wala namang masama sa commnet ko. Concerned lang naman ako. S-Sana h'wag niyang lagyan ng ibang kahulugan ito...lalo na ng boyfriend niya.

* * * * * * * * * *

"AT SINO NAMAN ITONG ETHAN NA NAG-PERSONAL PANG NAG-COMMENT SA POST MO?!!" bungad agad ni Albert kay Eunice ng nagkasalubong sila sa isang pasilyo patungo sa ER.

"At take note ha...may **LOVE** reaction pa!" galit na pagtatapos niya. "Pwedeng paki-explain mo ito? Meron bang kalandiang nangyayari sa likod ko na hindi ko alam? Huh!!!"

Sobrang naduro si Eunice. Kahit alam niyang hindi totoo ang paratang ng boyfriend, sobran na-intimidate siya at hindi makasagot ng diretso.

"Ah, uhm...ano...uhm..." mautal-utal na sagot niya.

"ANO? ANOOOO?" lalong nilakasan ni Albert ang boses niya, hangad ang maka-attract ng attention. Nang nakita ni Eunice na dumadami na ang nag-uusyoso, lalo siyang ninerbiyos at tuluyan ng hindi nakapag-salita.

Laking gulat ni Albert ng biglang lumitaw si Gina at sinemplang siya.

"Hay naku, Albert, pwede ba, tigil-tigilan mo na yang kahunghangan mo — pinsan ko yang pinag-iinitan mo. Ako mismo ang nag-introduce sa kanya kay Eunice. Kaya, pwede ba, manahimik ka na d'yan! Sheesh"

Guilty namang napatingin si Eunice kay Gina pero hindi kinontra ang mga sinabi nito.

Magsasalita pa sana si Albert pero inunahan siya ni Gina.

"At bago ka magsimulang mag-kukuda 'yang mabahong bunganga mo ng kung anu-anong kabalbalan — seminarista po yung pinsan ko at malapit ng maging full-pledged na pari."

Bumulaga sa laki ang mga mata ni Albert sa galit. Sasagot sana pero inunahan muli siya ni Gina.

"AT UUNAHAN NA ULIT KITA, bago pa magkukuda ka ng kung anu-anong ka-ekekan, kasama na ang mga absurd suspicion mo. Makinig ka muna sa sasabihin ko, intende? Ang aking pinakamamahal na cousin, bago siya nag-desisyon na maging man of God, ay maraming naging super-duper-beautiful at sexy girlfriends. Kaya hindi ka dapat maligalig. Yung pinsan ko, in celibacy na siya. Alam mo naman siguro ang kahulugan ng celibacy, di ba? Nalulungkot lang 'yon sa loob ng seminary at naghahanap ng makakausap. O, ano, klaro na ba tayo?

Naghagalpakan ng tawa ang mga nakapaligid.

Galit na galit si Albert. Hindi ito ang inaasahan niyang kalalabasan ng kanyang drama. Ni wala siyang pakialam sa comment nung guy. Gusto lang niyang i-bully at rendahan si Eunice. Okay na sana ang lahat kung hindi lang umentra si Gina.

Umuusok ang ilong na umalis siya, kabuntot ang maraming alaskang galing sa mga tao doon.

* * * * * * * * * * *

“Pinsan mo ba talaga itong si Ethan?” tanong agad ni Eunice nang magkasarili silang dalawa ni Gina.

“Ano ka hilo? Syempre hindi! Naisip ko lang ‘yon nung narinig ko si Albert na nagbubunganga sa iyo.”

“G-Ganon ba? Uhm, thank you, Gina, talagang medyo na-rattle ako kanina. Akala ko talaga, mapapahiya ako ng husto sa mga tao doon.”

“Na rattle? BAKIT? Dahil lang mayroon kang kaibigang lalaki sa Facebook? Hunghang lang talaga ‘yang boyfriend mo!

“Ganyan lang talaga si Albert, pero sa totoo, mabait at maaalahahanin siya...”

“Neknek mo! Hay naku, bestfriend, narinig ko na lahat ‘yan — pero, pwede, hwag mo na akong kumbinsihin pa! ‘Yang boyfriend mo, certified first class jerk... a real SOB. Hindi ko nga malaman kung bakit pinagtitiisan mo yan.”

“”Faithful kasi siya sa akin.”

“Ganern? E di ba, faithful din naman si Enrique Gil kay Liza Soberano...o kaya si Dingdong kay Marian! Pero nabalitaan mo bang binu-bully nila ang isat-isa? Hindi, no! Kapag mahal mo ang isang tao, dapat nirerespeto mo siya.”

Hindi mapigilan ni Eunice ang matawa.

“Huh! At bakit ka natatawa d’yan? Anong sinabi ko sa iyo na nakakatawa?

“(Giggle!) Ikumpara mo ba naman ako kina Liza Soberano, Enrique Gil...Marianne! Hihihi! Ganun na ba ako kasikat?”

Kahit nakasimangot ay napatawa rin si Gina.

“Okay, okay,” sagot nito, “gusto ko lang i-prove yung sinasabi ko. Hindi porke faithful sa ‘yo si Albert, pwede ka na niyang i-bully at i-harass. ‘Yan ang sinasabi kong mali!”

Napayuko at nanahimik si Eunice.

“Saka maitanong ko lang,” dagdag ni Gina, “bakit kapag nasa ER ka, hindi ka namin kinakikitaan ng nerbiyos, panic o takot. Alam mo ba ang tawag namin sa iyo? THE SUPER ICY COLD DOCTOR. Bakit kamo? Kasi, pag nasa ER ka, sobrang compose ka. Hindi ka nagpa-panic o ninerbiyos o kakikitaan ng takot kahit na sa mga kritikal na emergency. Naandoon na yung basag ang ulo, wasak na mga laman, nagsisiritan na dugo — pero, ikaw, steady lang sa pagkilos. Systematic ang lahat ng aksyon mo. Girl, sa 'yo kami laging umaasa sa mga kritikal na sitwasyon. Pero, haaaiisst, bakit kapag binu-bully ka ni Albert, hindi ka man lang makasagot sa kanya. Para kang pipi-tanga-bibig na tango lang ng tango sa kanya. Hindi mo siya kinokontra kahit na mali siya. What gives, Eunice... what gives?"

Umiling lang si Eunice at itinago ang mga lumuluhang mata.

Napansin ito ni Gina. Alam niyang nasaktan niya ang kaibigan kay binago nito ang usapan.

"Uhm, oo nga pala...sino ba talaga itong Ethan na 'to? Kilala mo ba siya talaga?"

"Hindi. Ano lang, inaccept ko lang yung friend invite niya. Actually, dapat na-unfriend ko na siya...ang alam ko in-unfriend ko na siya...pero, ewan ko kung anong nangyari at hindi siya natanggal."

6
Accident Lang Ba Or Fate Na?

"Ahhh, so ganoon pala ang nangyari," wika ni Gina matapos ang kwento si Eunice.

"Ganoon na nga...aksidente lang lahat ang nangyari," sagot ni Eunice.

"O kaya naman ay...tadhana!"

"Ngek! Anong ibig mong sabihin?"

"Una, Pinuwersa ka ni Albert na tanggalin mo lahat ang mga friend mong lalaki. Meaning, natatakot ang mokong na 'yon na may makita kang Mr. Nice Hunky Guy — at poof(!), tapos na ang maliligayang araw niya. Pangalawa, at ikaw naman ay parang isang uto-uto at hangal na laging sunod-sunuran sa lahat ng pinag-uutos niyal!"

Pabirong pinalo ni Eunice si Gina sa tinuran.

"AAARRAAAYY!" exaggerated na hiyaw ni Gina.

"Hihihi! OA ka naman! Sigurado ka bang hindi ka nag a-acting workshop?"

"(Giggle!) Malay mo, malay mo!" natatawang sagot ni Gina. "Pangarap ko din 'yan, noon pa man."

Muli siyang nagseryoso.

"Okay, nasaan na nga ba tayo? Oo nga pala, balik tayo sa tadhanang sinasabi ko. Finally, dahil sa hindi maeksplikang phenomenon o kaya ay divine intervention, hindi mo nai-unfriend itong Ethan guy. Ikaw na mismo ang nagsabi, dapat tinanggal mo na siya pero hindi nangyari. Well, hindi ba sign na ito na tinadhan siya para sayo?"

"(Chuckle!) Grabe talaga yang imagination mo, Gina. Alam mo, napakakulay ng mga naiiisip mo."

"At bakeeeet! Anong nakakatawa sa mga sinabi ko?"

"Marami na kaming pinagdaanan ni Albert. Excuse me, hindi ako makikipag-break sa kanya para lang sa isang guy na bigla na lang sumulpot sa Facebook ko!"

"Ngumiti si Gina ng nakakaloko.

"At sino naman ang nagsabi sa iyo na makikipag-break ka kay Albert, just because of this Ethan guy?"

"Uhm, a, e, akala ko kasi yung ang ina-assume mo, gawa ng destiny na sinasabi mo..."

"Hihihi! Sino sa ating dalawa ngayon ang may grabeeeng imahinasyon? Ibig mong sabihin, iyon agad ang conclusion mo? Wow! Talk about wild imagination!"

"Naku, ha, Gina, ayoko ng ganyan! Ako pa ang ginagawa mong masama. Seryoso, ni hindi ko nga natatandaan ang itsura ng mokong na 'yon..."

"Ummm, ganon ba? Teka, ano nga ba ang itsura niya? Isip-isip? Aaahhh, alam ko na. Maikli ang buhok niya, parang sa sundalo...at clean shaven siya. Makinis..."

Kinontra agad ni Eunice ang kaibigan.

"Ahiiii! Anong sinasabi mo d'yan na maikling buhok at clean shaven? Bulag ka ba? May balbas at bigote siya tapos ang haba-haba pa ng buhok niya..."

Natigilan si Eunice sa pagsasalita. Nahulaang hinuhuli lang siya ni Gina. Nakakalokong tiningnan siya nito.

Nag-try siyang makalusot.

"Okey, sige na, natatandaan ko kung anong itsura niya. Syempre, nakita ko yung profile picture niya, pero, in fairness, wala s'yang ni katiting na dating sa akin."

"Tee-hee! Why are you soooooo defensive, girl"

"Defensive, hindi a! Ikaw kasi itong kung anu-anong maling interpretasyon ang pinalalabas. Ang gusto ko lang kasing liwanagin sa iyo, e...sinisigurado ko sa iyo na imposible and sina-suggest mo na makikipag-break kay Albert. Seryoso ang relasyon namin at never kong babalakin na makipag-break sa kanya...dahil lang sa isang random guy."

"*(Snicker!)* O, ayan ka na naman, sa iyo na mismong labi nanggaling na pwede kayong mag-break ni Albert."

"Ahiiii! Talagang napaka-imposible mo, Gina!"

Kahit minsan, hindi siya nanalo kay Gina kapag nagtatalo sila, lalo na kapag ang pinagtatalunan nila ay tungkol kay Albert. Simula pa lang nang nakilala nito si Albert, galit na agad ito at walang tigil na sinabihan siyang i-break na ang boyfriend.

Alam niyang talo na naman siya kaya biglang iniba ni Eunice ang kanilang usapan.

“Ummm, teka, maiba ako...bakit sinabi mo kay Albert na seminarian yung guy?”

Hindi naman napansin ni Gina ang pagliko ng usapan nila.

“Sa totoo lang, naintriga ako dun sa guy...lalo na ng mabasa ko ang comment niya.”

“Ini-stalk mo ba ako?” galit na tanong ni Eunice. “Paano mong nalaman ang tungkol dito sa guy, saka yung comment niya?”

“Besi, aksidente ko lang na-click yung pangalan mo nung nag FB ako. Natural napapunta ako sa page mo. E, na-curious ako kaya ni-click ko yung friends list mo.”

“Hmp! At bakit naman?”

“Kasi, madam, gusto kong malaman kung mayroon ka pang ibang friends maliban sa parents mo at ako. Hihihi!”

“Ang salbahe mo!” sita ni Eunice pero nakatawa ito.

“At doon ko nga nakita first time yung pangalan nung guy. Atsusu, at sino itong bagong kaibigan ng bestfriend ko na hindi ko naman kilala. Aba’y, alam mo namang very protective ako sa ‘yo. Kaya sabi ko, kailangang makilala ko rin siya — kailangang maging friend ko din siya. Nung araw din iyon, sag-send ako sa kanya ng friend request.

“At tinanggap ka din niya?”

“Syempre naman!”

“Talaga lang?!!”

“Teka, teka, bakit yata parang shocked na shocked ka? Di ba, magkasing-ganda lang tayong dalawa? Pwede pa ngang sabihin na mas maganda ako at oozing with sex appeal. Bakit, ayaw mo bang i-share yung blessing...gusto mo ba, sarili mo lang siya? Hihihi!”

“Gina naman...”

“Haaay, naku, ikaw talaga napaka-killjoy mo! Joke lang yon! O sige, balik tayo sa istorya ko. Nung nakita ko yung comment niya, medyo na-windang din ako. TEKA NGA, SINO BA TALAGA ITONG ETHAN NA ITO? Nanliligaw ba siya kay Eunice?”

“Nanliligaw agad? Masyado ka namang advance mag-isip.”

“Hihihi! Ikaw naman, speculation ko lang ‘yon — me masama ba doon? Anyway, since na-arouse na yung curiosity ko, check ko agad yung page ni guy. Ayun nga, nakita kong nag-play siya ng role bilang si Jesus...at yun ang nag-stick sa mind ko. And as they say, the rest is history!”

“So, uhm, anong take mo sa kanya?” nadulas na sinabi ni Eunice. Bahagya siyang namula.

Pilya ang tingin na isinukli sa kanya ni Gina.

“Akala ko ba hindi ka interested kay Jesus Christ wannabe?” tukso niya. Bago pa nakasagot si Eunice ay inunahan na niya ito.

“Uhum, nung nag-visit ako sa page niya, doon ko nga nakitang nakasuot siya ng mahabang damit at balabal. Sabi ko nga sa sarili ko, wow, as in wow, is this guy real? Syempre, sinuyod ko yung mga post niya. Kaya lang, halos lahat ng naka-post doon ay yung mga pictures niya nung Holy Week. Mukha yatang sobrang nahilig yung mokong na yun sa role niya kaya, ayun, parang gusto niyang i-immortalized yung moment. Meron din naman siyang ibang pictures pero talagang long hair at balbas sarado talaga siya. Di ko tuloy mapigurahan siya kung handsome ba siya o beh! Pero, yung mata niya, ibang klase!”

“Yung mga mata niya?” mahinang nasambit ni Eunice.

“Mismo! Grabe ang pagka-expressive nung mga mata niya. Para bang nangungusap. Kahit sa picture nga lang, para bang nag-pe-penetrate na sa kaloob-looban ko ang mga tingin niya! Habang tumatagal mong tingnan ang mga mata niya, lalo kang maiin-live dito.”

Ninamnam ni Eunice ang sinabi ng kaibigan. Ganoon din kasi ang nararamdaman niya habang pinagmamasdan ang mga mata ni Ethan.

“Anyway,” pagpapatuloy ni Gina, “okay iya in fairness. At kahit na natatabunan siya ng buhok at balbas — boto ako sa kanya...yun e, kung may balak kang iitsapwera na yung wlang kwentang boyfriend mo! Hihihi!”

Muli siyang pinalo ni Eunice sa balikat.

“(Giggle!) Grabe ka talaga. Sobra!” pabirong pagalit nito.

“Hihihi! Alam mo namang suportado kita all the way, at gusto ko lang ang da best para sa iyo. Teka, paano ng pala nabasa ng matsing mong boyfriend ang post mo. Marunong bang mag facebook ang mga matsing? Joke lang!!!

"Madalas din mag-Facebook si Albert. Uhm, siya ang nagtuturo sa akin tungkol dito. Nagbi-visit din siya ng page ko...paminsan-minsan..."

"Hay, naku, hindi ako interesado — never mind! *(Sigh!)* Anyway, mabuti na rin at nalaman ko ang tungkol dito sa Ethan na ito. At least masusubaybayan ko ang mga karugtong na kabanata sa inyong dalawa. Hihihi!"

"Gina, anong ibig mong sabihin? Wala kang dapat sundan sa aming dalawa. Friend ko lang siya sa FB at..."

"Haaay, naku itong bestfriend ko...masyadong asumera! Ang ibig ko pong sabihin e...kung may mga lovenotes...este, bagong comments na naman sayo itong si Ethan, at least malalaman ko — para kung susugurin ka na naman nung boyfriend mong gorilya, alam ko ang isasagot ko sa kanya."

Napangiti si Eunice at nagwika, "Thank you, Gina. Tunay talaga kitang BFF!"

"(Giggle!) Malay mo, maging cupd ako at matchmaker sa inyong dalawa. Agree or disagree?"

Napailing na lang si Eunice pero hindi na kumibo.

* * * * * * * * * * *

Nagpupuyos sa galit si Albert dahil nag-backfire ang plano niya dahil lang kay Gina.

"Sheesh! Okay na sana...kung bakit umentra pa itong bwisit na si Gina!"

Ever since, si Gina lagi ang komokontra at laging naka supalpal sa kanya. Sa pagnanais niyang mabawian ito, inimbestigahan niya ang page ni Ethan. Paro lalo lang nag ngitngit ang kalooban niya nang makita ang ilan sa mga post.

"Ahiii! Totoo pala lahat ang sinabi ni Gina!" naibulalas niya nang makita si Ethan na nakasuot ng damit pari. "Pari pala talaga ang kumag na 'yon!"

Tiningnan pa niya ang iba pang post.

"Gazooks! Nag-play pa pala itong guy ng role na Jesus Christ! Ngek! Talaga palang palpak ang ginawa ko!"

7
Tulak Ng Bibig

Concern si Ethan sa magiging reaction ni Eunice sa comment niya, pero mas inaalala niya ang maaaring gawin ng boyfriend nito. Pwede kasing hindi nito magugustuhan ang pag-comment niya, isipin na dumidiskarte siya at ipa-unfriend siya. Pwede din naman na ma turn-off si Eunice sa ginawa niya at siya mismo ang mag-unfriend sa kanya. Bagay na ayaw niyang mangyari. Kontento na siyang maging FB friends lang sila at patuloy na makita ang kanyang mga litrato.

"Haynaku! Bakit ba ako sobrang affected kung ano ang magiging reaction ni Eunice sa ginawa ko. So what kung magalit siya! So what kung i-unfriend niya ako! It's her loss, not mine — hindi ko dapat pinoproblema ito!"

* * * * * * * * * *

Pagod na pagod ang pakiramdam ni Eunice ng nakauwi siya. Idagdag mo pa dito ang pangungulila na nararamdaman niya dala na rin ng hindi pagbisita o pag-text man lang ni Albert sa kanya sa buong maghapon. Nag-text siya dito ng isang romantic na quotation pero "K" lang ang isinagot nito. Dati ay okay lang sa kanya ito pero dahil may isa siyang pasyente na namatay ng araw na iyon, lubha siyang nalungkot at naghahanap ng makakausap man lang. Hindi din siya pinansin nito nang mag-text siya tungkol sa nararamdaman niya.

"Pagod ka lang. Huwag mo na akong istorbohin at busy ako," ang sagot lang nito sa kanya na lalo lang niyang ikinalulungkot. Para maaliw ang sarili, binuksan niya ang kanyang Facebook.

What's on your mind, ito agad ang bumungad sa kanya. Bigla na lang niyang naisip na magtype.

I feel so worthless, inilagay niya sabay sinamahan niya ng mga sad emojis. Hindi na siya nag-dalawang-isip pa at ipinost agad.

* * * * * * * * * *

Biglang napabalikwas si Ethan nang makita niya ang post ni Eunice.

"Huh! Bakit ganoon ang nararamdaman niya? May nangyari bang masama sa kanya...para malungkot siya ng ganoon?"

Hindi niya napigilan ang sarili at nag react ng sad emoji sa post. Hindi pa siya mapakali kaya nag-comment siya ng paborito niyang bible verse.

Not one sparrow falls to the ground without our Father knowing it. You are worth much more than a sparrow.

* * * * * * * * * * *

Ethan commented on your post

Napansin naman agad ni Eunice ang comment ni Ethan kasama na ng sad emoji. Natuwa siya at gumaan ang pakiramdam. Mabilis din siyang nag like react at nag-reply sa comment.

Thank you!

* * * * * * * * * * *

Medyo kinakabahan na si Ethan sa pag-comment at balak nang tanggalin ito nang makitang nag-reply si Eunice. Hindi siya makapaniwala na sumagot ito.

Thank you!

Haaiist! Totoo ba ito...hindi ba ako namamali?"

Paulit-ulit niyang binasa ang reply.

"Lord, nag-reply si Eunice...nag-reply siya sa comment ko!"

"NAG-REPLY SIYA!"

* * * * * * * * * * *

Nakita din ito ni Albert pero dahil sa pag-aakalang seminarista si Ethan, hindi niya ito pinansin.

"F!@#%*#@g corny seminarians!" inis na nasambit niya.

* * * * * * * * * * *

Laking gulat ni Eunice nang biglang sabayan siya ni Gina sa paglalakad papunta sa ER. Nakangiti ito ng nakakaloko at parang may gustong ipahiwatig.

"O, ano na naman yang ngiti mong iyan?" tanong niya.

"Uhm, wala, wala lang," patuksong sagot ni Gina. *"(Giggle!)* Ano lang...may nakita kasi akong medyo nakakaintriga sa Facebook ngayon."

"Ganon ba? Uhm, sorry, hindi ako interesado...

"Weh, talaga lang ba, Eunice? Sabagay, kung ako ikaw...hindi ko rin gustong kumalat ito. Hihihihi! Di ba?"

"Hay, naku — sige na para matigil ka lang. Alam ko kung anong tinutukoy mo — tungkol ito dun sa post ko kagabi, di ba?"

Pilyang tumango-tango si Gina sabay kanta.

"... finally, my heart gave in. And I'm falling for youuuu..."

"Pwede ba, Gina, tigilan mo na yan? Napakaliit na bagay, pinalalaki mo!"

"Hihihi! Si Ate guilty!"

"Ang totoo kasi n'yan...medyo down ako kagabi gawa nag nung namatay yung pasyente ko. Ayun nga, sa sama ng loob ko, naipost ko sa Facebook yung sentiments ko."

"Tapos...?"

"Uhm! Ayun nga, nag love react at nag-comment siya dun sa post. Natuwa naman ako at gumaan ang pakiramdam ko. So, sa tuwa ko, nag-thank you ako sa kanya. Iyon lang...may ginawa ba akong mali?"

"Girl, hindi ako nagagalit sa iyo at walang mali sa ginawa mo. Actually, tuwang-tuwa nga ako. Finally, yung bestfriend ko...may kulay na ang mundo. At least, maliban sa akin...somebody is looking out for you."

"Hindi ka ba masyadong fast-forward, Gina? Nag-comment-reply lang kami at yun na yon!"

Parang robot na naglitanya si Gina.

"One small step for man... one giant leap for mankind. Rome wasn't built in one day. A journey of a thousand miles begins with a single step..."

"Ay naku, tigilan mo 'yan. Para kang sira ang ulo."

Sabay nagtawanan ang dalawa. Eksaktong lumiliko sila sa pasilyo nang nakasalubong nila si Albert. Agad itong sumimangot ng makitang tumatawa si Eunice. Balak sana niyang sawayin si Eunice nang mapansin si Gina. Tumango na lang ito at mabilis na lumakad papalayo.

"Naks naman ang prince charming mo," patutsada ni Gina, "nakasalubong at nakasalubong niya tayo pero ni hindi man lang tumigil para mag-hi o hello lang! Ang sama talaga ng ugali nung mamaw na yon!"

"N-Nagmamadali lang siguro," pagtatanggol ni Eunice, "baka busy kaya hindi kayang makipag-kwentuhan..."

"Busy sa pagsisipsip o paghihigop?"

Hindi sumagot si Eunice. Alam ni Gina kung gaano nagpapalapad ng papel at sumisipsip si Albert sa mga bigwigs ng hospital para tumaas ang posisyon.

Naintindihan ni Gina ang pananahimik ng kaibigan. Iniba niya ang tono ng boses at nagtanong, "So, anong sabi ni mister mayabang dun sa comment ni Ethan?"

"Dun sa post ko? W-Wala, wala! Nakakagulat nga na wala siyang sinabi tungkol doon."

"Hallelujah! Yes, yes, sa wakas...ngumiti din ang mga diyos sa iyo! Naniwala din yang hangal mong boyfriend na pinsan ko at seminarista itong si Ethan. Yun ang dahilan kung bakit hindi niya pinansin yung comment niya, pati na yung reply mo. Well, my friend... that's your ticket!"

"Ticket? Ticket saan? Hindi ko yata maintindihan ang sinasabi mo."

"Ticket sa kaligayahan, ano pa? Meron ka nang free pass para makausap yang Ethan na yan — na hindi ka binu-bully ng hunghang mong boyfriend! Thank you, God, for giving my friend here a chance to be happy!"

"Hihihi! Ikaw talaga, Gina...puro ka kalokohan!'

8

Message Pa More

Dahil sa pag-reply ni Eunice sa comment ni Ethan, naging mas malaya na ang dalawa sa pagsasagutan sa Facebook. Nawala na rin ang pag-aalinlangan at self-consciousness ni Ethan. Lagi siyang nagko-comment sa mga post ni Eunice at kadalasan ay mga bible quotes and inilalagay niya.

The Lord is my shepherd, I shall not want.

All our dreams can come true, if we have the courage to pursue them.

The best time to plant a tree was 20 years ago. The second best time is now.

Faith can move mountains.

Kilig na kilig naman si Eunice tuwing mababasa ang mga comments. Hindi na rin siya natatakot o ninenerbiyos.

"Wala naman akong ginagawang masama, so hindi ako dapat matakot kay Albert. Tama si Gina — walang rights si Albert na kontrolin ang buhay ko o kung ano mang gusto kong gawin.

* * * * * * * * * *

Pagod na pagod si Eunice pagdating niya sa kanila kaya agad siyang nakatulog kahit hindi pa naka-pagpapalit ng damit. Kadalasan ay magre-relax muna siya pagkauwi, mag-facebook o kaya ay mag-aayos-ayos ng gamit. Pero nang araw na iyon ay sumalampak lang siya agad sa kama at natulog.

Umaga na nang ginising siya ni Mommy.

"Eunice, anak...gising na...baka mahuli ka na sa trabaho. Maghahanda na rin ako ang agahan natin.

"Ummm...salamat, Momsie!"

Hirap na hirap bumangon si Eunice, halatang antok na antok pa rin siya. Bilang head ng kanilang department, free ang oras niya sa pagpasok pero naging habit na niya ang makarating sa hospital bago mag-nine oclock sa umaga.

Tutulog-tulog pa rin siya habang naliligo kaya inabot ng halos kalahating oras ang kanyang paliligo. Refreshed at maaliwalas na ang kanyang katawan ng samahan si Mommy at Daddy para mag-breakfast.

"Good morning, Momsie! Good morning, Daddykins!"

"(Giggle!) Hay, sa wakas ay nakabangon ka rin!" biro ni Mommy. "Akala ko sa isang araw ka pa babangon, e."

"Hihihi! Hectic kasi yung work namin kahapon — as in toxic talaga!" paliwanag ni Eunice. "Akala ko nga hindi na ako makakabangon ngayon. Gusto ko talagang matulog na lang."

"E, bakit hindi ka mag-day-off," suggestion ni Mommy, "e, mukha ka talagang pagod na pagod hanggang ngayon."

"Oo nga, anak," sang-ayon ni Daddy. "Aba, kailangan bantayan mo rin ang health mo. Hindi pwede yung puro ka trabaho. Lalo pa ngayon na delikado ang trabaho mo."

Thanks, Dad, siguro one of these days mag-babakasyon ako. Pero not now...ang dami kong nakabitin na cases sa hospital. Napagod lang talaga ako kahapon, pero otherwise okay naman ako."

"Sige, anak, we trust your judgement naman. O sige na, magdasal na muna tayo para makakain na tayo."

"Bless us, Oh Lord, and these gifts which we are about to receive from thy bounty, through Christ, Our Lord."

"Amen."

* * * * * * * * * * *

Makatapos kumain, naisip ni Eunice na mag-browse muna ng Facebook habang nagre-relax. Medyo nagulat siya ng mapansin na mayroon siyang unread message. Hindi siya sanay na may nagme-message sa kanya.

"Ngek! At sino naman kaya itong nag message sa akin? Si Albert kaya? Hah! Ha! Suntok sa buwan iyon. Ahhh, malamang si Gina —

sigurado akong male-late na naman siya o kaya ay maga-absent. Nag all-night k-drama binge watching na naman siguro yun."

Natulala siya nang makitang galing kay Ethan ang message.

are you okay? I'm worried about you.

Hindi makapaniwala si Eunice na nag-personal message sa kanya si Ethan. Hindi ito pareho nang nagi-interaction sila sa mga post niya. Iba ang feeling nito at hindi siya comfortable dito. Napatitig siya nag husto dito, hindi malaman ang gagawin.

Sa huli ay napailing na lang siya at piniling hindi sumagot.

* * * * * * * * * * *

Nang gabi ring iyon, nagdesisyon si Eunice na sumagot sa message ni Ethan.

I'm contented with what I have

Nabasa naman agad ito ni Ethan pero hindi na nag-reply. Natuwa siya ng makitang sumagot si Eunice pero naandoon din ang kanyang pag-aalinlangan.

Matagal niyang pinag-isipan ang sagot sa kanya.

"Ang gusto ba niyang sabihin dito ay...okay lang siya? O, ito ang way niya para sabihing...may boyfriend na ako at hindi niya kailangan ang distraction."

Nalungkot siya ng maisip ang pangalawa. Sa isang iglap ay parang nalusaw ang na-build-up niyang friendship kay Eunice.

"Haaiisst! Dahil sa kashungahan ko, ayun natakot na sa akin si Eunice! Sheesh, kainis!"

* * * * * * * * * * *

Nabasa ni Eunice ang "Like" react ni Ethan pero napansin din niyang hindi na ito nag-comment pa. Kahit medyo nalungkot siya, kahit papaano ay natuwa rin siya na nag-react si Ethan. Ayaw man niyang aminin, natutuwa siya sa communication nilang dalawa. Kaya nga lang, yung nag-personal message niya ang nagpabago ng lahat.

"(Sigh!) Bakit naman kasi nag-personal message pa siya? Okay na ang lahat sa amin...bakit kailangang sirain niya ito?"

Feeling kasi ni Eunice ay nagiging unfaithful siya kay Albert. Gustong-gusto niyang i-unfriend si Ethan pero sa last moment, hindi niya magawa.

Aminadong may nararamdaman siyang comfort at solace sa mga comment ni Ethan. Feeling niya ay alam nito ang mga pinag-dadaanan niya kaya nakakapagbigay ng mga words na nakaka-encourage at nakakapag-pasaya sa kanya. Kahit si Albert ay hindi ito nagawa sa kanya.

"(Sigh!) I-unfriend ko na ba si Ethan?" tanong niya sa sarili.

****

Maraming araw na ang nagdaan simula nang i-private message ni Ethan si Eunice. Pakiramdam ni Ethan ay nagsimulang magkaroon ng gap ang pakikitungo ni Eunice sa kanya. Hindi na ito nagre-reply o nag re-react sa mga comment niya sa mga post nito. Hindi na mapalagay si Ethan dahil dito.

Araw-araw ay lagi niyang tini-check kung nag-reply man lang si Eunice sa kanya.

"Haaay, naku! Kasalanan ko kasi! Dapat hindi ako nag-private message sa kanya. Ahhhh, hindi naman niya ako kilala ng personal para gawin 'yun. Syempre, aakalain niya na napaka-asumero ko, sobrang bilib sa sarili...o kaya ay nilalandi ko siya."

Muli niyang pinag-isipan ang ginawa at tinanggap ang maling diskarte.

"Mali, mali talaga yung ginawa ko! Bad, bad move on my part. Masyado akong nagpadalos-dalos. Kahit ba sabihing worried ako, wala akong karapatan na i-message siya..."

Pinilit niyang mag-focus muna sa business niya. Design artist si Ethan at mayroon sariling design company na siya rin ang nagtatag. Kahit startup pa lang sila, marami na agad siyang prominente at big-time na mga clients. Kahit successful na siya sa batang edad pa lang, nanatili siyang humble at hindi magarbo sa pamumuhay. Mayroon na rin siyang mga regular na empleyado at kadalasan ay sa online sila nagko-communicate at nagpo-process ng mga trabaho.

Henyo ngang siyang masasabi pagdating sa trabaho pero pagdating kay Eunice hindi niya malaman ang gagawing diskarte. Tulad na rin sa sitwasyon ngayon, litong-lito na siya kung ano ang gagawing desisyon sa nangyari.

"Haay, naku, para akong hilong talilong nire! At walang mangyayari kung parati akong ganito.

Sa wakas ay nakapag-desisyon din siya na i-message muli si Eunice.

* * * * * * * * * * *

I'm sorry for directly messaging you. Please don't take it the wrong way. I was just concerned that you were inactive that day, I thought something bad might have happened to you. Please accept my apology.

I know that you have a boyfriend already and I realize that my message may have disturbed you. That was not my intention in any way. I was worried. Nothing more. Again, sorry for intruding into your life.

Pagkatapos niyang nai-send ang message ay in-unfriend niya si Eunice.

9
Missing In Action

Nagulat si Eunice nang bigla siyang lapitan at tinanong ni Gina. "Girl, what happened? Bakit hindi mo na friend si Ethan sa FB?"

"P-Paano mo naman nalaman ang tungkol dito?" nagtatakang tanong ni Eunice.

"Besi, hindi mo ba alam na ini-stalk ko kayong dalawa? Kaya nga naging curious ako nung wala na akong makitang interaction sa inyong dalawa. Hwe, sabi ko...bakit hindi na nagko-comment itong si Ethan sa post ng bestfriend ko? Dat-rati, mabilis pa sa alas-kwatro siya mag-comment. Tapos ngayon, waley na — what happened? Ayun, check ko yung friends mo at wala na nga si mokong! Kaput, parang bulang nawala. Anyare?"

Nagkibit-balikat lang si Eunice pero hindi umimik. Natulala si Gina.

"In-unfriend mo ba siya?" pangungulit niya.

Umiling si Eunice at sumagot ng mahina, "Hindi...hindi ko siya in-unfriend."

"Haaa? Sino? Haaiisst! Sabi ko na e — kagagawan na naman ito nung bakulaw mong boyfriend, ano? Grrrrr! Nag-iinit na naman ang dugo ko dun sa bwisit na yun..."

Hinawakan ni Eunice si Gina sa balikat at pinilit na kalmahin ito.

"No, Gina, nagkakamali ka dito. Albert has nothing to do with this."

"Hindi si doktor spoklong? E, di sino? Sabihin mo sa akin Eunice kung sino ang may kasalanan dito at makakatikim sa akin ang kung sino mang hudas na iyon..."

"S-Si Ethan...siya mismo ang nag-unfriend sa akin."

"HUH — ANOOOO?"

****

Nag-one-on-one ang dalawa sa opisina ni Eunice.

"Wait lang, ha...di ko lang talaga ma-gets," panimula ni Gina, "bakit ka naman in-unfriend nitong si Ethan? I mean, oo nga, FB friends lang kayo...pero, diba, okay naman kayo lately? In the first place, siya yung nag-send ng friend invite sa iyo. So bakit niya ginawa yun?"

Ngumiti lang si Eunice at nagkunwaring okay lang siya.

"Okay lang 'yon, Gina. Sabi mo nga FB friends lang naman kami... ni hindi nga kami magkakilala ng personal o nagkita ng harapan, so wala namang big deal dun sa nangyari."

"Oo nga, naandoon na ako. Sabi ko nga, okay naman kayo... nakakatuwa nga yung mga comments at interaction ninyo. Bakit bigla ka na lang in-unfriend nung hunghang na yun? Ano yun, kaparahe mong may partner na sobrang insecure at mababaw ang pag-iisip?"

Wala nang nagawa si Eunice kundi i-explain sa kaibigan ang totoong nangyari.

* * * * * * * * * * *

Matagal ng nakatapos si Eunice sa kanyang kwento pero hindi pa rin kumikibo si Gina.

"Gina? Bakit tahimik ka...wala ka bang sasabihin man lang?"

Nakakunot ang mga kilay na tiningnan ni Gina si Eunice. Halatang nagpipigil ito ng saloobin.

"Gina?"

Laking gulat ni Eunice nang binulyawan siya ng kaibigan.

"Haaaiiist! Hindi ko alam kung anong itatawag ko sa 'yo, Eunice. Naturingan ka pa namang matalino...pero, ano ka ngayon — tanga, martir, shunga, bobo...lahat na bagay sa iyo!"

"A-Anong ibig mong sabihin? Hindi ba nag o-overreact ka?"

"Ngek!" paninita ni Gina. "Ikaw at yang mga baluktot mong prinsipyo. Haaiist, waley na akong masabi..."

"Bakit mo naman nasabi 'yan?"

"Itong si Ethan na 'to, alam naman niyang may jowa ka na — sheesh, diba nakalagay pa sa status mo sa FB...status, in a relationshp, diba, diba? Alam na n'ya yon bago pa siya nagpadala ng friend request sa iyo."

Tumango-tango si Eunice.

Alam na niyang taken ka, intiende? So, eto siya na nagtataka kung bakit hindi ka active sa FB mo. Natural nag-worry yung tao at nag-message sa iyo at kinamusta ka. MASAMA BA 'YON?"

Nahihiyang umiling si Eunice.

"Ganon pala, e! BAKIT HINDI KA NAG-REPLY SA KANYA?"

Hindi na hinintay ni Gina na sumagot si Eunice. Siya na mismo ang sumagot sa tanong niya.

"Kasi gawa ni Albert, diba? Feeling mo, unfaithful ka sa kanya kapag nakipag-usap ka dito nang hindi n'ya alam. Am I right or am I right?"

Napatango si Eunice.

"Yan ang dahilan kung bakit kita tinawag na tanga, martir, shunga, bobo!"

Huminga muna ng malalim si Gina bago nagpatuloy.

"Bestfriend, hindi ko naman sinasabi na maging unfaithful ka o makipag-landian ka sa Ethan na 'to. Pero, girl naman, maging realistic ka naman. Wala namang masama kung makikipag-usap ka sa ibang guy — lalo na dun sa naii-unload mo ang mga problema mo at my concern sa iyo. Walang mali doon. Sige, maging faithful ka dun sa gorilya mong boyfriend — pero, wag ka namang magpakatanga at maging martir!"

Nagpatuloy si Gina.

"Si Ethan na nga mismo ang nagsabi...alam niyang may boyfriend ka na at wala siyang balak na maging third wheel. Ate, porke ba mabait sa iyo yung tao, ibig bang sabihin noon...nilalandi ka na niya? Concerned lang yung tao — walang mali doon. Ngayon, kung mayroon siyang ibang agenda o plano sa iyo, bahala ka nang ramdamin 'yon at saka ka gumawa ng action. Pero sa ngayon, waley pa diba? Ate, binabaril na ang mga martir sa Luneta...guto mong pumila?"

"E, papaano si Albert?"

"Hay, kung malaman niya, e di nalaman niya — wala ka namang ginagawang masama, diba? In retrospect, hindi mo naman kailangang i-report lahat sa kanya ang lahat ng nangyayari sa buhay mo. Aba, mas masahol pa siya kay Hitler at sa mga Gestapo!"

"*(Sigh!)* Siguro, tama ka, Gina. Kaya lang, late na rin para sa akin. In-unfriend na niya ako...wala na akong magagawa dito..."

"Sigurado ka?" hamon ni Gina.

* * * * * * * * * *

Matagal-tagal na ring hindi nag-Facebook si Ethan simula ng in-unfriend niya si Eunice. Parang nawalan na siya ng interes dito. Napilitan siyang i-open muli ito dahil sa Facebook ipinadala ng isang kliyente nila ang contract na pipirmaha niya.

"Naku naman! At sa FB pa naisipan ng kliyente namin ipinadala yung kontrata!"

Inip na inip siyang nag-download ng nasabing kontrata. Isasara na dapat niya ang Facebook nang napansin niya na naka-highlight ang isang message. Halos lumuwa ang mga mata niya nang mapagtanto kung sino ito.

Eunice Gorospe

Ipinikit-bukas niya ang mga mata ng ilang beses para lang masiguradong totoo ang nakikita niya.

"H-Hindi ba ako pinaglalaruan ng mga mata ko? Nasabi niya. "O baka naman nanaginip lang ako o nagha-hallucinate na?"

Ninerbiyos niyang nag-click sa message. Ito ang nabasa niya.

Apology accepted. Friends?

Totoo nga, totoo nga ito!

Napansin din niya ang isang new friend request. Lumitaw ang pangalan ni Eunice.

Abot hanggang sa kalayu-layuan ang hiyaw sa tuwa ni Ethan.

10
At Tumigil Ang Ikot Ng Mundo

Bigla na lamang dumating ang pandemya ng COVID-19 at ang buong mundo ay huminto!

Ang pandemya ay halos nagtulak sa lahat ng aktibidad tungo sa isang ganap na paghinto. Ang mga negosyo at transportasyon ay tumigil. Biglaang ipinatupad ang mga quarantine measure. Ang mga sports at iba pang aktibidad ay biglang nahinto.

Sa kawalan ng bakuna at limitadong impormasyon, ang bilang ng mga apektadong tao ay mabilis na tumaas sa isang hindi inaasahang antas. Ang mga ospital ay puno na lampas sa kanilang kapasidad. Ang mga doktor, nars, at iba pang health workers ay unti-unting napapagod at nagkakasakit. Wala na silang ibang opsyon kundi humingi ng tulong sa mga boluntaryo. Kahit sinong may kaalaman sa medisina ay hinilingang tumulong.

Isa sa mga tumugon sa panawagan ay si Ethan. pero ang pagvo-volunteer niya ay hindi talaga bahagi ng kanyang plano.

* * * * * * * * * * *

Inatake sa puso ang ama ni Ethan at dali-dali itong dinala sa Philippine General Hospital. Isang senior resident at napakalapit na tiyuhin ni Ethan, si Doktor Almario Cruz, ang nag-asikaso sa kanya.

Pinauwi ni Ethan ang kanyang ina dahil maaaring maging mas mahirap ang sitwasyon kung mananatili siya roon. Nangako ang kanyang tiyahing alagaan ang kanyang ina habang wala siya.

Nang ma-admit, ang kanyang ama ay ikinulong sa ICU at binantayan nang 24 oras. Limitado lang ang oras na pinapayagan si Ethan sa loob, kaya karamihan ng panahon ay naglibot-libot siya sa paligid ng ospital.

Sa isa sa kanyang paglibot, napadpad siya sa Out-Patient Department. Ang departamentong ito ay nasa ilalim ng pangangasiwa ng kanyang tiyuhin. Nasulyapan niya si Ethan at lumapit sa kanya.

"Kritikal ang kalagayan ng iyong ama, pero sa ngayon, stable na siya, Ethan," sabi niya. "Ikinalulungkot kong sabihin ito sa iyo."

Nanlumo si Ethan sa balita.

"Tito, may magagawa ba ako...?"

"Marahil, magdasal... iyon ang pinakamabuting magagawa mo para matulungan siya sa ngayon. Huwag kang mag-alala, may pinakamahuhusay na medical personnel dito para tulungan ang iyong ama. Swerte na naagapan ninyo ang pagdala sa kanya rito."

Papalis na sana si Doktor Cruz nang may naalala siya.

"Mmm, Ethan, napansin ko kanina na nagma-massage ka sa isang pasyente. May kaalaman ka pala tungkol dito. Paano nangyari iyon?"

"Nag-aral ako ng Physical Therapy bago ako lumipat sa Advertising Arts, Tito... kaya ganon."

"Mukhang gusto mo ang pagtulong dito."

"Uhm... wala naman akong magawa. Kaunti lang ang oras na pinapayagan ako sa ICU. Kinakabahan at naiinip lang ako sa labas. Mas mabuti nang magamit ko ang oras ko."

Tumango si Doktor Cruz at nag-isip. Naiintindihan niya kung gaano kabahala si Ethan at nais niyang maalis ang kanyang isip sa mga alalahanin. Sa wakas, nagdesisyon siya. Malakas niyang sinabi sa staff:

"Ang batang ito ay pamangkin ko. Siya ay isang physical therapist at gusto niyang tumulong dito. Ayos lang ba sa inyo kung mananatili siya rito paminsan-minsan? Huwag kayong mag-alala, libre siya!"

May malakas na pagsang-ayon at tawanan mula sa lahat. Ang maikling panahon na ginugol ni Ethan doon ay nagpaamo na sa kanila sa kanya.

Bumalik si Doktor Cruz kay Ethan.

"Well, mahal kong pamangkin," aniya na may ngiti, "sa tingin ko may bagong tawag ka na! Sisiguraduhin kong ipaalam sa ICU kung nasaan ka para matawag ka nila kung kailangan."

"Ha! Ha! Ha! Salamat, Tito! Kailangan ko talaga ito. Mas mabuti ito kaysa mag-twiddle ng mga daliri sa labas ng ICU."

11
Mali Ang Timing

Naghahanda si Eunice para sa isang minor operation nang makita niya ang mga matang kumikislap ni Gina habang papasok ito sa ER.

"(Giggle!) Gina, kitang-kita ko ang ngiti mo mula tenga hanggang tenga. Ano'ng nangyari, dumating na ba ang prinsipe mo?" tanong niya habang sinusuot ang kanyang face mask.

"Hihihihi! Hindi ka nagkakamali, Eunice! May bagong lalaki sa OPD at talagang napakaguwapo niya!"

"Narinig ko na 'yan sa'yo dati, Gina. Para sa'yo, lahat ng lalaki ay guwapo! Hihihi!"

"Hindi, hindi, hindi! Iba ito! Talagang napakaganda niya!"

"Hindi ko alam na nagha-hire ang OPD," biro ni Eunice.

"Hindi, hindi sila nagha-hire. Pamangkin pala ito ni Doktor Cruz, 'yung in-charge sa OPD. Tumutulong lang siya doon habang nag-aalaga sa kanyang ama na nakaconfine dito."

"Ah, ganon ba."

"Hindi ka ba curious na makita ang bagong lalaki?" tanong ni Gina, kumikislap ang mga mata.

"(Giggle!) Gina, alam mo naman na may boyfriend na ako!"

"Bakit? Hindi ka na ba pwede tumingin at mag-appreciate ng mga gwapo kapag may boyfriend ka na? Bawal na ba?"

"S-Siyempre naman hindi, pero..."

"Ahiiii... eto ka na naman sa mga prinsipyo mo. Wala namang masama kung magagalingan ka sa mga gwapo. Hinahangaan mo lang siya... wala nang iba!"

Bago pa makapag-resist si Eunice, hinila na siya ni Gina papunta sa OPD.

"Gina, ano'ng ginagawa mo? May operation ako."

"Haaiisst! Sandali lang 'to. Jeez, maging mortal ka naman minsan, Eunice! Sumunod ka naman sa gusto mo paminsan-minsan! Hihihi! Sinasabi ko sa'yo... hindi ka magsisisi! Tara na!"

"Gina, hindi ba tayo nakakahiya?" pagtataka ni Eunice.

"Ahiiiii! Sino ba naman ang may pakialam? Huwag mo silang intindihin!"

Si Eunice, nahihiya na baka makilala, ay nagpasya na huwag tanggalin ang kanyang face mask.

* * * * * * * * * * *

"Salamat, dearie," sabi ng isang matandang babae kay Ethan, "talagang nabawasan ang cramps sa mga binti ko."

"Uhm... kailangan mo lang mag-ingat sa mga binti mo, Ma'am," sagot ni Ethan, "at hindi ka na masyadong magkakaroon ng cramps."

Naabala ang kanilang usapan nang marinig ni Ethan ang kanyang pangalan sa address system ng ospital.

"Paging Mr. Hontiveros, paging Mr. Hontiveros... please come to the ICU please."

"Oops! Tinatawag na ako. Kailangan kong umalis sandali, Ma'am!" Nagpaalam siya at nagmadali papunta sa ICU.

Tumakbo siya palampas kina Gina at Eunice na kakarating lang. Habang dumadaan, naakit ang atensyon ni Ethan kay Eunice, kahit nakasuot ito ng face mask. Gayunpaman, ang kanyang pag-aalala sa kanyang ama ay mabilis na nagpawala sa pansamantalang impresyon.

"Ahiiii! Siya 'yun, siya na 'yun!" sigaw ni Gina.

Bagama't narinig nila ang anunsyo, hindi nila naalala ang pangalan dahil sanay na sila sa mga paalala na naririnig nila palagi.

Kinurot ni Gina nang pabiro si Eunice habang nawawala na si Ethan sa paningin.

"Hindi ba talagang napakaguwapo niya, Eunice... hindi ba? Huwag kang magsinungaling — sabihin mo ang totoo!"

Hindi makikipagtalo si Eunice. Sa kabila ng kanyang pag-aatubili, talagang humanga siya kay Ethan.

"Uhm... tama ka nga this time, Gina. Talagang napakaguwapo nga ng lalaki."

"Kita mo, sabi ko sa'yo! 'Yung mga matang 'yun ay talagang nakakabaliw...! Ahiiii! Huwag mo akong agawan ha — akin siya, ha? Mula ngayon... bawal ka na sa kanya!"

Ngumiti at tumango si Eunice pero hindi nagkomento. Hindi niya ito aaminin, pero naakit din siya sa mga mata ni Ethan sa sandaling pagkakataon na nakita niya ito. Kakaiba, parang naalala niya ang isang tao. Pero hindi niya maalala kung sino.

"Baka pwede kong tingnan ulit siya sa susunod!" naisip niya. "(Giggle!) Lord, huwag ka magalit sa akin... gusto ko lang ulit makita 'yung mga matang 'yun! Wala nang iba. Hi! Hi! Hi!"

Matagal nang nagpagupit si Ethan at wala na ang kanyang mahabang buhok at balbas, kaya malayo na ito sa itsura niya sa Facebook. Iyon ang dahilan kung bakit hindi siya nakilala nina Eunice at Gina.

* * * * * * * * * * *

Tinawag si Ethan pabalik sa ICU dahil lumala ang kalagayan ng kanyang ama. Walang siyang magawa kundi panoorin ang mga doktor at nars na naghahalinhinan para maibsan ang kondisyon nito.

Nanalangin si Ethan nang buong puso.

"Mahal na Diyos, pakiusap, pakiusap... iligtas Ninyo po ang aking ama. Iniaalay ko ang aking sarili para sa kanyang paggaling! Pakiusap, Diyos ko, pakiusap... nagmamakaawa po ako sa Inyo!"

Humanga siya sa dedikasyon ng mga doktor at nars sa paligid, at nagpasalamat sa lahat ng nangyayari. Dahil dito, idinagdag niya sa kanyang panalangin:

"Dear God, nasaksihan ko po ang pagsisikap, pagmamahal, at dedikasyon ng mga doktor at nars dito. Kung bibigyan po ako ng pagkakataon, nananalangin ako na makatulong din ako sa kanila."

* * * * * * * * * * *

Para bang sinagot ang kanyang mga dasal, nakaligtas ang kanyang ama sa kabila ng matinding pagsubok.

"Salamat, Diyos! Maraming salamat po!!!"

Ibinahagi niya ang magandang balita sa kanyang ina, na iniiwasan ang masasakit na detalye at binanggit lamang ang magagandang pangyayari. Labis na natuwa ang kanyang ina nang marinig ito.

Sa mga sumunod na araw, patuloy na gumaling ang kanyang ama. Sa wakas, sinabihan siya na malaki na ang pag-unlad ng kalusugan nito. Maliban na lang kung may mangyaring hindi inaasahan, inaasahang ililipat ito sa regular na kwarto sa loob ng dalawang araw. Ibinahagi ni Ethan ang balita sa kanyang ina na umiyak sa tuwa.

Ang paggaling ng ama ni Ethan ay halos tumagal ng dalawang linggo, kasama na ang panahon ng pagpapahinga. Sa panahong ito, pinayagan na ni Ethan ang kanyang ina na pumunta para alagaan ang kanyang ama.

"Ako na ang bahala sa iyong ama, Ethan. Umuwi ka na at magpahinga."

"Okay lang, Ma! Nagugustuhan ko na dito. Pinayagan ako ni Tiyo na tumulong sa OPD at nagagamit ko ang aking natutunan sa physical therapy. Bukod pa riyan, nae-enjoy ko ang pagtulong doon. Ngayong nandito ka na, mas marami na akong oras para doon."

"Pero paano naman ang trabaho mo?"

"Huwag kang mag-alala, Ma... dala ko ang laptop ko dito. Alam mo naman ang trabaho ko. Lahat ng kailangan ko ay nasa laptop na."

Alam ng kanyang ina na natural na mapagbigay si Ethan, pero hindi niya napigilang tuksuhin ito.

"Baka naman ang dahilan kung bakit ka tumutulong ay dahil sa mga magagandang nars dito?"

"Ha! Ha! Ha! Siyempre hindi, Ma... pero isa na rin 'yun sa mga bonus."

"May nakita ka na bang nagustuhan? Hindi kita pinipilit, anak, pero sa tingin ko panahon na para maghanap ka ng makakasama sa buhay. Ang huli mong relasyon ay matagal na, halos nakalimutan ko na kung kailan. Noong ba unang nakarating si Armstrong sa buwan?"

"Ha! Ha! Ha! Ang nanay ko ay isang komedyante! Huwag kang mag-alala, Ma — sinisiguro ko sa'yo, naghahanap na ako. Kaso lang, wala pa akong nakikitang nagugustuhan ko."

"Baka naman dahil crush na crush mo pa rin sa babaeng 'yun sa Facebook account mo? Hindi ba't may relasyon na siya, tulad ng huli mong sinabi sa akin?"

"*(Groan!)* Ma, friends lang kami! Ano po bang crush 'yan, sinasabi mo?"

Alam ni Ethan na sinusubok siya ng kanyang ina, kaya nagpasya siyang baguhin ang usapan.

"Sa totoo lang, Ma, may isang tao na tumatak sa akin... ilang araw na ang nakalipas. Sandali ko lang siya nakita habang nagmamadali ako pabalik sa ICU... pero talagang naakit ako sa kanyang itsura. Baka pwede ko siyang hanapin. Sa tingin ko, doktor o nars siya dito. Sino ba naman ang nakakaalam? Baka siya na ang hinahanap kong makakasama sa buhay!"

"Gawin mo 'yan, anak. Inaasahan kong makilala kung sino man siya."

Nakalimutan ni Ethan na si Eunice ay isang doktor. Mas nakakatawa pa, hindi niya naalala na nagtatrabaho rin ito sa PGH. Hindi niya naisip na maaaring siya ang babaeng tinutukoy niya.

12
Sa Madaling Salita

Masiglang sinalubong ni Ellen si Ethan nang dumating siya sa OPD.

"Yehey! Ikaw mismo ang kailangan ko! Uhm, Tam, pwede mo ba akong tulungan dito?"

Noong mga unang araw niya sa OPD, tinatawag siya ng kanyang pangalan, pero kalaunan ay pinaikli ito mula Ethan hanggang sa maging "Than." Tapos, naging "Tam" na lang at doon na ito nanatili. Mula noon, akala ng lahat ay Tam ang tunay niyang pangalan. Natuwa si Ethan at hindi na niya ito itinama.

"Oo, 'yan naman ang dahilan kung bakit ako nandito," sagot ni Ethan. "Ano'ng problema, Ellen?"

"'Yung pasyente," sabi niya habang itinuturo ang isang kama, "nahihirapan siyang igalaw ang kanyang mga braso."

"Ummm, okay, ako na bahala."

"Oo nga pala, Tam, narinig ko na gumaling na ang Daddy mo at makakalabas na bukas. Ibig ba sabihin hindi ka na dadalaw dito?"

"(Sigh!) Baka hindi na gaya ng dati. Pero susubukan kong dumalaw dito tuwing may oras ako."

"Awwww, mamimiss ka namin, Tam!"

"Huwag kang mag-alala, pangako ko na mananatili ako hanggang matapos ang linggo. Para makapagpaalam din ako nang maayos sa lahat dito."

"Salamat, Tam! Okay, iiwan ko na sa'yo ang pasyente. Kailangan ko ring magmadali sa taas para kumuha ng mga supplies."

"Okidoki!"

* * * * * * * * * *

Sa kanyang paglabas, hinila si Ellen ni Gina na nagtatago sa may pintuan.

"Huh? Doktor Robles, ano'ng kailangan mo?"

"Tee-hee! Gusto ko lang ng impormasyon tungkol sa gwapong lalaking itinatago mo sa amin!"

Tumingin si Ellen sa direksyon kung saan nakatingin si Gina at ngumiti ng malawak.

"(Giggle!) Si Tam ba ang tinutukoy mo?" sagot niya habang itinuturo ito.

"Oo, oo! Siya nga. Ah, kaya... Tam ang pangalan niya!"

"U-hum! Pamangkin siya ni Doktor Almario Cruz. Nakaconfine dito ang kanyang ama, kaya tumutulong siya habang nandito siya."

"Talaga? Ano'ng specialty niya?"

"Physical therapist siya."

"Wow! Bigla kong naramdaman na sumasakit ang buong katawan ko. Pwede ba akong magpa-checkup sa kanya? *(Giggle!)* Gusto ko kasing makilala siya nang mas mabuti."

"Hihihihi! Hindi ko na kailangang tanungin kung bakit ka interesado sa kanya, Gina! Halatang halata sa mukha mo na nahuhumaling ka sa kanya."

"Tama ka, dearie! Kaya binibigyan ko kayo ng babala. Akin siya. Si Tam at ako ay itinadhana para sa isa't isa! Hihihi!"

"(Giggle!) Pumila ka, sister. Pasensya na, pero marami na ang nauuna sa'yo... at ikaw ang huli sa pila. Hihihi!"

****

Hinila ni Gina si Eunice nang bumalik ito sa ER.

"Alam ko na ang pangalan nung guy!" proud niyang sabi.

"Huh? Anong guy?" tanong ni Eunice.

"Haaiisst! 'Yung cute, gwapo, at kaibig-ibig na lalaki sa OPD. Huwag mong sabihing nakalimutan mo na siya?"

"Ooh, naalala ko na. Ibig mong sabihin, talagang pumunta ka sa OPD para magtanong tungkol sa kanya? Daebak! Talagang iba ka, Gina!"

"Hihihi! Tama! Kapag gusto ko ng isang bagay, ginagawa ko ang lahat para makuha ito. Babala lang, sis. Anyway, Tam ang pangalan niya."

"Ummm, Tam. Tam lang?"

"Uhm, dahil pamangkin siya ni Doktor Almario Cruz, malamang Cruz din ang apelyido niya. Kaya siya ay si Tam Cruz."

"Mmmm, may sense naman. Pero bakit hindi mo tinanong ang buong pangalan niya... para hindi tayo naghuhula."

"Well, 'yun lang ang nasabi sa akin ni Ellen. Hmmp! Sa tingin ko, lahat ng babae roon ay may gusto sa kanya. Ayaw nilang ibahagi siya sa iba."

"Hihihi! Kawawa ka naman! So, ibig sabihin ba nito ay susuko ka na?"

"Susuko? Ako, ang maganda kong 'to, susuko sa laban? NEVAH! Hihihi! Hindi nila alam, nagpa-schedule ako ng checkup sa kanya. Physical therapist siya... at bigla kong naramdaman na sumasakit ang lahat ng muscles sa sexy kong katawan!"

"Ang gulo mo, Gina!"

"Huwag kang mag-alala, sis! Sasama ka sa akin!"

"WHAT?!"

"Oo! Nagpa-schedule ako para sa ating dalawa bukas, pagkatapos ng shift natin!"

"Pero..."

"Huwag mong subukang umatras, Eunice! Binabalaan kita. Dapat sumama ka sa akin. Hindi mo ba gustong makita itong dreamboat?"

Sa totoo lang, excited din si Eunice na makilala si Ethan. Hinihintay lang niya na "pilitin" siya ni Gina.

Nagpanggap siyang nag-aatubili, ayaw niyang malaman ng kaibigan ang tunay niyang nararamdaman.

"*(Sigh!)* Uhm... ano'ng magagawa ko? Alam kong walang kwentang makipagtalo sa'yo. Matatalo lang ako. Sige, sasama ako sa'yo."

"YESSS! Alam kong maaasahan kita! Tam Cruz, ready or not — here we come!"

* * * * * * * * * * *

"Hey, Tam... parang nagiging sensasyon na ang presensya mo dito!" sabi ni Ellen kay Ethan.

"Huh? Bakit mo nasabi 'yun?"

"Mmmm... kanina lang, si Doktor Robles mula sa ER ay aktibong nagtatanong tungkol sa'yo at sa impormasyon mo."

"Uhm... ganon ba? Siya ba 'yung doktor na nakita kong kausap mo nang lumabas ka para kumuha ng supplies?"

"Oo, siya nga. At tandaan mo, interesado siya sa'yo. Nagpa-schedule pa siya ng 'massage' appointment sa'yo bukas kasama ang isa pang doktor. Hihihi!"

Tanging ngumiti na lang si Ethan sa katuwaan.

"(Giggle!) Maghanda ka bukas, Tam. Kilala ko si Doktor Robles... talagang masigasig 'yan!"

Tumango lang si Ethan. Tapos, naalala niya ang isang bagay.

"Teka, teka!" naisip niya. "Kung hindi ako nagkakamali, kasama niya 'yung babaeng tumatak sa akin noong nakaraan. Well, well, kung 'yung kasama niya ay siya nga... mas madali na para sa akin na makilala siya. Sino kaya siya... parang pamilyar siya pero hindi ko maalala."

Perohindinatuloyanglahat.Nanggabingiyon,ipinatupad ang mahigpit na quarantine sa buong metropolitan.

13
Ang Pandemic

Ang umaga matapos ipatupad ang quarantine, nagkaroon ng kaguluhan at kalituhan sa ospital. Maraming tauhan ang hindi nakapasok dahil sa kakulangan ng transportasyon. Biglang dumami ang mga pasyenteng may COVID-19.

The Philippines first went into quarantine in response to the COVID-19 pandemic in **March 2020**. Here's a breakdown of the key dates:

March 12, 2020: A "community quarantine" was announced for Metro Manila, starting at midnight on March 15 and lasting until April 14. This involved travel restrictions in and out of the capital region.

March 16, 2020: The entire island of Luzon was placed under "Enhanced Community Quarantine" (ECQ), which was a stricter form of lockdown. This took effect on March 17.

So, while Metro Manila had restrictions starting on March 15, the nationwide quarantine (in the form of ECQ for Luzon) began on **March 17, 2020**.

It's important to note that the Philippines implemented various levels of quarantine throughout the pandemic, with restrictions being eased and tightened depending on the situation.

"Eunice, ano ang nangyayari?" tanong ni Gina na puno ng pangamba.

"Gaya nga ng ating kinatakutan noong Enero. Ang kakulangan ng paghahanda para sa COVID-19 ay nagdulot na ng epekto. Mabilis na kumakalat ang virus kaysa sa inaasahan natin. Ayon sa World Health Organization, pandemya na ito!"

"Ano na ang gagawin natin?"

"Wala tayong choice kundi harapin ito. Tayo ang magiging frontliners sa laban na ito."

"Ibig mong sabihin... tayo ang unang haharap sa laban na ito?"

Tumango si Eunice nang may kabigatan.

"P-Pero paano naman tayo?"

"Sa kasamaang palad, dahil tayo ang frontliners, doble ang risk na mahawa tayo. Pero wala tayong magagawa. Hindi natin pwedeng talikuran ang ating panunumpa — na magligtas ng buhay. Ang magagawa lang natin ay mag-ingat nang husto para hindi tayo mahawa."

"Amen diyan," sagot ni Gina nang may pangamba. Nawala na ang kanilang mga plano para sa araw na iyon, pati na rin ang mga plano at iskedyul ng lahat sa mga susunod na araw at linggo.

Sa pagpasok ng COVID-19 virus, tuluyang nagbago ang takbo ng buhay. Walang nakapag-akala na mangyayari ito, pero nangyari nga.

* * * * * * * * * * *

Sa mga sumunod na linggo, nagdaos ng emergency meetings ang komite ng ospital para mas maayos na ma-handle ang sitwasyon. Ang ospital ay punung-puno na ng mga biktima ng nakakatakot na virus at nagulo na ang lahat.

Sa wakas, napagpasyahan na bumuo ng isang departamento na eksklusibong hahawak sa mga pasyenteng may COVID-19. Magkakaroon ito ng sariling admitting at receiving room, kasama na ang isang eksklusibong bahagi ng ospital para sa mga pasyente. Layunin nito na masigurong ligtas ang mga non-virus patients mula sa impeksyon.

Si Eunice ang napiling mamuno sa departamento. Labis siyang natuwa nang malaman na sina Gina, at ang buong ER staff ay boluntaryong sumama sa kanya.

"*(Hikbi!)* Salamat sa inyong lahat... sa pagsama sa akin sa laban na ito. Pangako ko na gagawin ko ang lahat para masigurong maayos nating magampanan ang tungkulin natin... at sa parehong oras, maging ligtas tayo mula sa impeksyon."

Yakap niya ang lahat sa silid, at si Gina ang huli.

"Huhuhu! Salamat, Gina! Tunay kang mabuting kaibigan!"

"(Hikbi!) Syempre! Iiwan ba kita? Hindi pwede, sis — mahal na mahal kita!"

Magkayakap silang dalawa nang mahigpit.

Pagkatapos nilang magpahinga, hindi napigilan ni Gina na magtanong.

"Uhm... Eunice, pasensya na sa pagiging makulit. Pero ano ang masasabi ni Albert tungkol dito?"

Sandaling naging malayo ang tingin ni Eunice bago sumagot.

"Sa totoo lang, nag-usap kami bago ang anunsyo. Sinabi niya na ginagawa niya ang lahat para ma-reassign ako..."

"Ha! Ibig sabihin, kahit anong gawin niya, wala siyang magagawa para pigilan ang appointment mo."

"(Hinga!) Hindi mo naman kailangan maging masyadong harsh kay Albert..."

"Harsh? Kulang pa yun kung tatanungin mo ako. Parang wala naman talaga siyang ginawa kasi... masyado siyang abala sa pag-iingat sa sarili niya!"

"Gina...!"

"Okay, okay, kung yun ang paniniwala mo... sige na. Pero sasama ba siya sa atin... o kahit tumulong man lang paminsan-minsan?"

Malungkot na umiling nang bahagya si Eunice.

"Sabi ko na bga ba! Abala pa rin siya sa pagsipsip sa mga boss para isipin ka! *(Grrrr!)*"

* * * * * * * * * *

Nasaksihan ni Ethan kung paano nagdulot ng malaking epekto ang virus. Nakita niya ang kakulangan ng staff dahil marami na rin ang nahawa sa virus. Nakita niya kung gaano kahirap para sa kanila ang magampanan ang kanilang tungkulin dahil sa dami ng pasyenteng dumadating araw-araw. Nang humingi ng boluntaryo ang ospital, isa siya sa mga unang nag-volunteer.

Siyempre, hindi sumang-ayon at nag-alinlangan ang kanyang mga magulang.

"Anak, hindi naman sa ayaw naming tumulong ka," babala ng kanyang ina, "pero hindi ba't ilalagay mo rin sa panganib ang buhay mo?"

"Sang-ayon ako sa nanay mo, Ethan," dagdag ng kanyang ama, "delikado ngayon at malaki ang tsansa na mahawa ka rin."

"NMom, Dad, alam ko ang nararamdaman ninyo. Sa totoo lang, natatakot din ako. Pero naalala ninyo ba noong muntik nang mamatay si Dad sa ospital? Dumoble ang paghanga ko sa mga doktor at nars, at lubos kong na-appreciate ang dedikasyon ng lahat doon — lalo na yung mga tumulong para iligtas ka, Dad. Nangako ako sa Diyos... na kung sakaling may pagkakataon akong makapagbalik ng kabutihan nila... hindi ako magdadalawang-isip."

Nagpatuloy siya.

"Sa tingin ko, ito na yung pagkakataon na hinihingi ko. Binigyan ka ng Diyos ng pangalawang pagkakataon, Dad... at labis akong nagpapasalamat doon. Gusto ko rin na magkaroon ng pangalawang pagkakataon ang iba!"

Sandaling tumigil si Ethan habang kino-compose ang kanyang mga iniisip.

"Hindi ako matapang. Aminado ako na takot na takot ako... takot sa risk na kinakaharap ko. Pero sa parehong oras, nalulungkot ako kapag nakikita ko ang mga doktor at nars na napapagod dahil sa virus na ito, masakit para sa akin na magmasid lang at walang ginagawa. Gusto kong tumulong, Dad, Mom. Kailangan nila ng tulong natin ngayon higit kailanman. At kapag bumuti na ang sitwasyon, pangako ko na hihinto na ako. Pero sa ngayon... ngayon na kailangan na kailangan nila ng tulong natin... hayaan ninyo akong gawin ang parte ko. Kahit saglit lang... gusto kong makatulong."

"P-Pero pwede ka namang mag-donate ng pera..."

"Nagawa ko na yun... nag-donate na ako — pero ang kailangan nila ngayon ay manpower — mga taong tutulong sa mga doktor at nars na labanan ang pandemyang ito."

"Pero paano naman yung negosyo mo?" tanong ng kanyang ina, "hindi mo ba ito mapababayaan?"

"Huwag kayong mag-alala, Nanay... magiging updated ako sa aking team. Malinaw na malinaw ang mga trabaho namin, kaya madali itong i-monitor. Bukod pa riyan, magaling ang team ko kaya magiging maayos ang lahat."

Nakita ni Ethan na hindi pa rin kumbinsido ang kanyang mga magulang. Maingat niyang pinili ang kanyang mga susunod na salita.

"Naalala ninyo ba noong na-hospital si Daddy? Kung hindi dahil sa dedikasyon ng mga taong nag-alaga sa kanya... baka hindi na siya nakaligtas. Pasensya na, Mom, kasi itinago ko sa inyo. Ayokong mag-alala kayo. Sa biyaya ng Diyos at dahil sa dedikasyon ng mga nag-alaga sa kanya... nakaligtas si Dad. Sa mga sandaling iyon, labis akong naantig sa kanilang dedikasyon. Nagpapasalamat ako noon... at nagpasalamat sa Diyos sa bagong buhay na ibinigay Niya kay Dad. Nangako ako na kung may pagkakataon akong maipakita ang aking pasasalamat — kukunin ko iyon. Naniniwala ako... ito na iyon. Hayaan ninyo akong gawin ito, Dad, Mom. Please?"

Nagtinginan ang kanyang mga magulang, naantig sa mga salita ni Ethan. Pagkatapos, tumango nang may pag-aalinlangan ang kanyang ama.

"Okay, anak... naiintindihan namin ang nararamdaman mo. Kahit mabigat sa aming puso, pinapayagan ka na namin."

"Pangako mo sa amin, anak," dagdag ng kanyang ina, "pangako mo na mag-iingat ka... at gagawin mo ang lahat ng precautions laban sa virus."

Magkayakap silang tatlo nang mahigpit.

"*(Hikbi!)* Promise, Mom, Dad... promise!"

There were many volunteers in the Philippines during the COVID-19 pandemic. Filipinos are known for their strong sense of community and "bayanihan" spirit *(a tradition of communal unity and cooperation)*, and this was very evident during the crisis.[2]

Here are some examples of volunteer activities:

Relief Goods Distribution: Many volunteers helped pack and distribute food packs and other essential goods to families affected by lockdowns and economic hardship.

Healthcare Support: Some volunteers assisted healthcare workers in hospitals and testing centers, providing non-medical support like administrative tasks, patient care, and contact tracing.

PPE Production: Volunteers sewed face masks and face shields to address the shortage of personal protective equipment (PPE) for frontliners.[3]

Information Dissemination: Volunteers helped spread awareness about COVID-19 prevention measures and provided accurate information to communities.[4]

Psychological Support: Some volunteers with mental health backgrounds offered psychological first aid and emotional support to people struggling with anxiety and stress.[5]

Organizations like the Philippine Red Cross, local government units (LGUs), and various NGOs mobilized volunteers to address the needs of communities during the pandemic.[6] Even students and ordinary citizens stepped up to help in their own ways.[7]

The spirit of volunteerism played a crucial role in helping the Philippines cope with the challenges of the COVID-19 pandemic.

14
Mistaken Identity

N**ang mag-report si Ethan para sa duty, ang officer-in-charge** ng processing at issuance ng ID cards ay mula sa OPD. Masayang nagpalitan ng mga bati at friendly updates ang dalawa. Hindi na nga nag-aksaya ng oras ang OIC para i-check ang mga papeles ni Ethan at agad itong inaprubahan habang inihahanda ang kanyang ID pass. Sa loob ng ilang sandali, ibinigay na niya ang ID at mga papeles kay Ethan.

"Ayan, fresh from the press, ika nga," sabi niya na nakangiti.

Naaliw si Ethan nang mabasa ang nakasulat sa kanyang ID.

TAM CRUZ

Dahil kilala siya ng OIC bilang "Tam" at pamangkin ni Doctor Cruz, mali ang nailagay na pangalan at apelyido nang hindi ito ni-verify.

Naisip ni Ethan na itama ito, pero napigilan niya nang mapansin ang haba ng pila sa likuran niya. May ilan na rin na nagpapakita ng inis. Nagpasya siyang hayaan na lang.

"Hmmm... ID lang naman ito, wala namang masamang mangyayari," bulong niya sa sarili. "Saka kilala na nila ako bilang Tam. Bakit kailangang papalitan ko pa!"

****

Maingay at magulo ang unang araw ni Ethan sa trabaho, masasabi mong puno ng aksyon. Nakasuot ng PPE *(Personal Protective Equipment),* tiyaga siyang naghanap ng kanyang lugar ng assignment.

"Mmmm... naka-assign ako sa... ano ba ito... sa CoRD? Saan kaya 'yun?"

Agad niyang nalaman na ang CoRD ay COVID-19 Response Department. Matapos malaman ang lokasyon nito, mabilis siyang nagtungo doon para mag-report. Gulat siya nang makita ang kaguluhan sa pagdating niya.

Napansin niya ang isang galit na lalaki, tila kasama ng isang pasyente, na sinusubukang takutin ang isang babaeng doktor na nakatayo malapit sa kanya. Ayaw makinig ng lalaki sa mga paliwanag at nagbabanta na ng karahasan. Pero matatag na nanindigan ang doktor, kahit na nagbabanta na ito ng pisikal na harm. Nakita niya ang isang nurse na desperadong tumatawag ng seguridad. Pero sigurado si Ethan na huli na ang lahat bago pa sila dumating.

Humanga siya sa tapang ng doktor, pero nakita rin niya ang peligro nito.

"Sheesh! Wala na sa kontrol ang lalaking 'yon," sabi niya na may pag-aalala. *"Bakit hindi na lang siya umalis? Masasaktan lang siya..."*

Nakita niya ang lalaki na itinaas ang kamay para saktan ang doktor. Hindi na nag-aksaya ng oras si Ethan at agad siyang kumilos.

Nasalag niya ang kamay ng lalaki bago pa ito makasakit sa doktor. Malakas ang lalaki, pero may kaunting alam si Ethan sa judo, at sa loob ng ilang segundo, napahiga niya ito sa sahig, hawak ang mga kamay nito.

Sinubukan bumangon ng lalaki, pero mahigpit ang hawak ni Ethan. Sa puntong ito, dumating na rin ang mga guard.

Si Ethan ang kanilang unang hinuli pero pinigilan sila ng doktor.

"Mga guard, hindi siya ang may kasalanan," sabi niya. "Siya ang tumulong sa akin."

Agad na bumitiw ang mga guard at humingi ng paumanhin.

"Okay lang," sabi ni Ethan na walang pag-aalala, "Ganito talaga ang mga sitwasyon. Buti na lang dumating kayo."

Itinuro ng doktor ang lalaki na nakahiga sa sahig at ipinaliwanag ang nangyari.

Itinayo ng mga guard ang lalaki at dadalhin na sa custody. Humihingi ng tawad ang lalaki, pero hindi ito pinakinggan ng mga guard. Nagulat silang lahat nang habulin sila ng doktor at mag-intervene.

"Pakiusap, pakawalan ninyo siya," hiling niya. "Hindi ako magsasampa ng kaso."

Nagulat ang mga guard.

"Pero Dok," sabi ng isa, "hinaras niya kayo at muntik pa kayong saktan!"

"Okay lang," sagot niya, "naiinis lang siya! Hindi pa tayo sanay sa lahat ng ito."

Tumingin ang dalawang guard sa lalaki at pagkatapos ay kay doktor.

"Sigurado po ba kayo, Dok?"

Tumango siya.

Medyo hesitant pa rin ang mga guard, nag-aalala para sa safety ng doktor. Lumapit si Ethan at siniguro sa kanila.

"Okay lang, mga tol," sabi niya, "Nandito ako, ako na ang bahala sa doktor."

Nagulat ang doktor at tiningnan siya, pero wala siyang sinabi. Tuluyan ng umalis ang dalawang guard.

* * * * * * * * * * *

Lumingon ang doktor para kausapin ulit ang lalaki.

"Sir, naiintindihan ko ang frustration ninyo," sabi niya sa mahinahon na boses, "pero may mga proseso tayong kailangang sundin. Alam kong gusto ninyong maagapan ang inyong kasama, pero may iba pang pasyente na nauna sa inyo. At sila ay naghihintay nang matiyaga. Sana po ay maunawaan ninyo."

Hindi mapigilan ni Ethan na maakit sa boses ng doktor.

"Jeez! Ang sweet at kaaya-ayang boses!" bulong niya sa sarili. *"Talagang kinilabutan ako!"*

Nahiya ang lalaki at mahinahon itong tumango.

"Pasensya na po, Dok," sabi niya. "Hindi ko alam kung ano ang sumapi sa akin. Salamat po sa hindi nyo ako ipinahuli. Naiintindihan ko na po ang sitwasyon at maghihintay na lang kami nang matiyaga."

"Huwag kayong mag-alala, sir," siguro ng doktor, "naisagawa na namin ang mga preliminary check-up sa inyong kasama. Magiging okay siya hanggang sa turn ninyo."

"Salamat po ulit, Dok."

****

Pagkatapos bumalik ng lalaki sa pila, lumakad ang doktor ng ilang hakbang at tumigil. Lumingon siya at tiningnan si Ethan nang masinsinan, tila sinusubukang siyang kilalanin. Napansin ito ni Ethan at napaikot siya sa kinatatayuan, naramdaman ang awkwardness sa tingin ng doktor.

"Haaiist! Bakit bigla akong kinabahan? Wala naman akong ginawang masama — sa totoo lang, ako pa nga ang sumaklolo sa kanya... bakit niya ako tinitignan ng ganoon?"

Sa wakas, iniwagayway ng doktor ang kamay para lumapit si Ethan. Dahan-dahan siyang lumakad papunta sa kanya.

"Hindi pa ako nakapagpasalamat nang maayos sa ginawa mo kanina," sabi niya. "Maraming salamat!"

Maayos na tinanggihan ni Ethan ang papuri.

"Okay lang po, Dok, pero sa totoo lang, talagang matapang po kayo — humanga ako. Pero sa susunod, huwag na po ninyong gagawin 'yon. Muntik na po kayong masaktan."

"Oo, alam ko. At kung hindi dahil sa iyo...," umiling siya at hindi na tinapos ang pangungusap. Huminga siya nang malalim bago magpatuloy.

"Hindi ko lang talaga mapigilan kapag may nagrereklamo nang walang basehan o sinusubukang magbully dito. Sobra na kaming pagod at kulang sa tauhan... nakakafrustrate talaga makakita ng mga taong ganoon."

"Pero Dok... nagulat din ang lahat nang palayain ninyo ang lalaki. Muntik na po kayong masaktan. Napakabuti ninyo para gawin iyon."

Umiling ang doktor.

"Anyway, salamat at tapos na. At salamat din sa iyo, okay na ang lahat. Uhm, by the way, parang hindi kita kilala. Taga-rito ka ba?"

Bago pa makasagot si Ethan, biglang sumulpot si Gina.

"Gosh! Totoo ba ang balita na muntik ka nang masaktan?"

Hindi mapigilan ni Eunice na matawa.

"Hihihihi! Talagang wala kang kupas, Gina! Pagdating sa pagpapalaki ng mga balita — ikaw ang number one!"

"Hihihi! Biro lang! Wala ka ngang idea kung gaano ako kinabahan nang mabalitaan ko 'yon. Dali-dali akong tumakbo papunta rito. Nasaan na ang superhero na sumaklolo sa iyo?"

Itinuro ni Eunice si Ethan na nakatayo sa tapat nila.

"Ikaw ba ang superhero?"

Tumango si Ethan.

Tiningnan siya ni Gina habang sinusukat siya ng tingin.

"Tsk! Tsk! Sayang, hindi kita masyadong masusukat dahil sa PPE at mask mo. Pero sa mga nakikita ko... mukha kang masarap!"

"Hihihi! Tigil na, Gina!" pagsaway ni Eunice. "Nahihiya na kami. Nasa pandemya na tayo, may oras ka pa para magbiro."

"Hoy, sis! 'Yan lang ang magagawa natin sa sitwasyong ito, kung hindi, mababaliw tayo!"

"Sang-ayon ako sa kanya, Dok!" sabi ni Ethan.

"Kita mo, tama ako!" sigaw ni Gina. "Anyway, mister superhero... sino ka ba talaga? Ano ang ginagawa mo rito? Nawawala ka ba o ano?"

"Ako si... Eth..." nagsimula siya, pero naalala niya, "... uhm... si Tam Cruz po ako. Isang volunteer at naka-assign po ako sa department ninyo..."

Hindi natapos ni Ethan ang pangungusap nang sabay na sumigaw sina Eunice at Gina.

"IKAW SI TAM CRUZ?!!!"

Nagulat si Ethan sa reaksyon ng dalawa.

"B-Bakit... may problema ba sa pangalan ko... o sa akin?" tanong niya.

"Wala, wala," mabilis na sagot ni Eunice. Nahiya siya sa reaksyon niya. Sinubukan niyang kumalma habang si Gina ay patuloy na nag-e-excite.

"I'm so excited... and I just can't hide it..." nagsimulang kumanta si Gina.

"Shhhh! Gina, tigil na, please," pagsaway ni Eunice. Tumigil si Gina, pero kahit nakamaskara, kitang-kita ang excitement sa kanya.

"Ummm, so...uhm... sabi mo naka-assign ka sa department namin, tama ba?" tanong ni Eunice, sinusubukang maibalik ang kontrol sa sitwasyon.

“Opo, Dok. Ito po ba ang CoRD? Dito po ako naka-assign para tumulong,” sagot ni Ethan at ibinigay ang kanyang mga papeles.

Bahagya lang tiningnan ni Eunice ang mga papeles bago ito itabi.

“Uhm, okay! Dahil sobrang busy natin ngayon... mamaya na lang natin gawin ang orientation. Sana ay okay lang sa iyo... kung magtrabaho ka na agad.”

Tumango si Ethan.

“Walang problema, Dok! Sa totoo lang, parang nagsimula na ako... nang pigilan ko ang lalaki na saktan kayo,” biro niya.

Hindi agad naintindihan ni Eunice ang sinasabi niya. Pero nang maalala niya, kumislap ang kanyang mga mata sa pagka-amuse.

“*(Giggle!)* Tama ka. Literal na baptism of fire. Hey, gusto ko ang enthusiasm at cheerful disposition mo. Sana manatili ‘yan... kailangan na kailangan namin ‘yan dito.”

“Ako na ang bahala sa kanya para masiguro ‘yan,” sabi ni Gina.

Naiiling na tiningnan siya ni Eunice bago kinausap muli si Ethan.

“Anyway, welcome sa aming grupo at salamat sa pagpunta mo rito. Okay, para sa simula, pwede mo bang, uhm, tulungan ang mga tao sa labas na mag-fill out ng forms at panatilihing maayos ang pila? Okay?”

Tumango si Ethan.

Ipinahiwatig ni Eunice na pumunta na siya sa pila. Sa una, hindi niya naintindihan. Nakatayo lang siya roon na parang nawawala. Nang ipahiwatig ulit ni Eunice, naunawaan na niya.

“Ah, oo... ang pila!” bulong niya. “Gagawin ko na po!”

Bago siya lumingon para umalis, nagtanong si Ethan,

“Dok, pwede ko po bang malaman ang inyong mga pangalan?”

“Hi! Ako si Doctor Gina Robles! Pwede mo akong tawaging Gina kung gusto mo. Ikinagagalak kitang makilala, handsome! Kung may kailangan ka... tawag ka lang sa akin at tutulungan kita! Hihihihi!”

Tumango si Ethan at tiningnan si Eunice nang may pag-asam. Pero pinaalis siya nito.

“Uhm... mamaya na, mamaya na... bumalik na tayo sa trabaho agad!” snap ng kanyang mga daliri at impatiently itinuro si Ethan, “IKAW, bilisan mo — humahaba na ang pila!”

15
Imposible Pero Naging Posible

"**Eunice, kakasimula ko pa lang siyang kilatisin," reklamo ni** Gina, "bakit mo agad siya pinaalis nang ganun kabilis?"

"Kasi nga, halata na ang ginagawa mong pag-flirt sa kanya — halos naglalaway ka na nga!" paliwanag ni Eunice, at saka siya sinermunan. "Magpaka-hard to get ka naman! Wala ka bang pride?"

"Hi! Hi! Hi! Sa kagaya niya, lulunurin ko ang pride ko, esophagus, intestine, liver — lahat na! Heck! Wala na sa picture ang pride ngayon. Dapat, grab them as they come, alam mo, o maiiwan ka sa huli!"

"Hihihihi! Gina, ang sama mo! Nasaan ang upbringing mo?"

Tiningnan ni Gina si Eunice nang may pagbibirong sumagot.

"Do you even hear yourself, sister! Hindi ba't narinig ko rin ang pagsigaw mo nang marinig mo ang pangalan niya? May halong excitement din ang boses mo, di ba? Hihihihi!"

"Uhm... hindi. Iyon ay... dahil nagulat ako... at natuwa... para sa iyo," nagsinungaling si Eunice. Ayaw niyang aminin na excited din siya na nandiyan si Ethan. "S-Sa iyo naman siya, diba? Ikaw ang nagsabi noon."

* * * * * * * * * * *

Medyo disappointed si Ethan habang papalayo. Gusto niyang malaman ang pangalan ng head doctor. Agad niya itong nirespeto at hinangaan. Siguradong ikukwento niya sa kanyang tiyo ang tungkol sa ginawa nito.

"Jeez! Ang galing ng doktor na 'yon! Napakatapang, matapang, at dedikado sa trabaho!" bulong niya sa sarili.

Hindi siya masyadong na-disappoint na hindi niya nakita ang mukha nito.

"Matanda na rin naman siguro yun," hula niya dahil sa autoridad nito, *"pero ang lakas ng loob niya! 'Yan ang kailangan para mamuno sa isang department! Uhm, kahit matanda siya... may commanding presence siya... at ang sweet ng boses."*

Lumingon siya sa dalawa.

"Ang weird ng combination! Isang matanda at isang dork. Isang seryoso, isang goofy. Pero kung effective naman ang tandem nila, sino ba ako para magreklamo? Anyway, ano nga ulit ang pangalan ng goofing doktor? Doctor Gina Robles? Oo, siya 'yon. Sa paraan ng pagsasalita at pagpapatawa niya, malamang siya ang second-in-command dito..."

Hindi na masyadong pinag-isipan ni Ethan sina Eunice at Gina pagkatapos noon. Nakakatawa dahil nakalimutan niya na sila rin ang dalawang taong interesado sa kanya bago magkaroon ng pandemya. Mas nakakatawa pa dahil sa sobrang excitement, hindi niya napagtanto na kaibigan niya ang dalawa sa Facebook.

****

Kinabukasan, maaga siyang dumating sa ospital. Wala pa siyang duty sa loob ng 30 minuto, kaya nagpasya siyang maglibot-libot muna sa ospital.

Nakuntento siya sa pagmamasid sa mga taong pumapasok at lumalabas ng ospital.

"(Sigh!) Hindi tumitigil ang buhay sa ospital. Ito lang ang lugar sa mundo kung saan ang 6 o'clock ng umaga... ay late na late na."

Naaalala pa niya ang pagbili niya ng diyaryo bandang alas-5 ng madaling araw at nagulat siya nang makitang buhay na buhay na ang hospital.

Habang nagbabalik-tanaw si Ethan, nahuli ang pansin niya ng isang dumaraang kotse. Sa totoo lang, ang babaeng pasahero sa tabi ng driver ang napansin niya. Biglang bumilis ang tibok ng puso niya at napahinga siya nang malalim.

"Nagkakamali ba ang mata ko?" tanong niya sa sarili.

Ipinikit sara niya ang mga mata, pati na ang pag-ugoy ng ulo para makasigurado.

"Totoo ba ito? Hindi ba ako nananaginip lang?" bulong niya habang naghihintay at nag-aabang.

Hindi nakasuot ng facemask ang babaeng pasahero. Sandali lang niya itong nakita habang dumaraan ang kotse. Malabo ang imahe, pero iyon ay isang imaheng hindi niya malilimutan.

Kahit nagdududa, gusto niyang makasiguro.

Sinundan niya ang kotse hanggang sa huminto ito sa harap ng entrance ng ospital. Pumwesto siya nang ilang metro ang layo, nakatago sa paningin.

Nakita niya ang pasahero na yumuko para halikan ang driver. Pagkaraan ng ilang segundo, bumukas ang pinto ng kotse at lumabas ang isang paa.

"Bye, Daddy. Mag-ingat ka sa byahe, ha? Love you, Dad!"

Malinaw na narinig ni Ethan ang pamilyar at sweet na boses, kahit nakatuon ang atensyon niya sa babaeng lumalabas. Parang slow motion ang lahat para sa kanya. Sa wakas, nakita niya ito sa kabuuan.

Nasa likuran nito ang araw, at para kay Ethan, para siyang anghel na bumaba sa lupa. Nakita niya ang ngiti nito habang kumakaway bago magsuot ng facemask. Isang ngiting napakasweet, at nag-flutter ng sobra-sobra ang puso niya. Mas maganda isiya kaysa sa inaasahan niya.

Sa ilang sandali bago ito nagsuot ng mask, malinaw niyang nakita ang mukha nito.

"EUNICE...!" bulong ni Ethan nang buong pagmamahal.

* * * * * * * * * * *

Hilong talilong si Ethan at wala na siyang oras para mai-process ng husto ang napakalaking pangyayari. Ang sumunod pa ay lalong pang nagpa-shock sa kanya.

Nagulat siya nang biglang sumulpot si Gina. Kahit nakamaskara, agad niyang nakilala ito sa boses habang bumabati kay Eunice nang masigla.

Hindi siya makapaniwala habang pinapanood silang pumasok sa ospital.

"Huh! Kung magkaibigan si Doctor Gina at Eunice... ibig sabihin – si EUNICE ang head doctor ng CoRD kung saan ako naka-assign," napagtanto niya.

Ilang minuto pa bago siya tuluyang naka-recover sa kanyang natuklasan. Sobra siyang natakot at na-excited.

"Hindi ako makapaniwala! Si E-Eunice pala ang head doctor kung saan ako naka-assign. Ang boss ko... siya ang direktang namamahala sa akin. Haaiist! Totoo ba ito? Hindi ako makapaniwalang ganito ako kalapit sa kanya. Nasa parehong lugar ang ating ginagalawan — at pareho rin ang hangin na ating nilalanghap. Whoooo, sobrang excited ako, higit pa ito sa aking mga pangarap!"

Naglakad siya patungo sa entrance nang parang nananaginip.

* * * * * * * * * * *

Sa simula ay naging conscious si Ethan sa galaw niya. Madalas niyang makita ang sarili na nakatayo lang at nakatingin kay Eunice.

"May problema ka ba, Tam?" tanong ng isang nurse, "may sakit ka ba o ano?"

"Huh! Ah, wala, wala, okay lang ako," mabilis na sagot ni Tam, "medyo nao-overwhelm lang ako sa dami ng pasyente at sa lahat ng nangyayari."

"Hihihi! Welcome sa aming mundo. Huwag kang mag-alala, masasanay ka rin!"

"Jeez, grabe talaga ito! Hindi ko inakalang makikita ko siya nang personal!" bulong niya sa sarili. *"At sa pinaka-hindi inaasahang lugar pa."*

Habang tumatagal, nagsimulang mag-relax si Ethan.

"Sheesh! Bakit ako nag-aalala? Hindi naman niya alam kung sino talaga ako. Para sa kanya, isa lang akong ordinaryong volunteer, hindi ang kaibigan niya sa Facebook."

Hindi pa rin niya mapigilan ang sarili na titigan ang dalaga mula sa malayo, habang ninanamnam ang bawat sandali. Hindi pa rin siya makapaniwala na magkasama sila sa iisang lugar.

"Ahiiiiii! Parang panaginip lang ang lahat! Totoo ba ito?" paulit-ulit niyang tanong sa sarili, habang hindi maialis ang tingin kay Eunice. Kahit nakamaskara, naiimagine niya ang mukha nito.

"Ooooh!!" bulong niya.

Bigla siyang nagulat nang may isang lalaki ang walang pakundangang dumaan sa tabi niya at nabangga siya.

"Ano ba...!" napasigaw.

Tumigil ang lalaki at tiningnan siya. Pero imbes na mag-sorry, galit na galit itong sumigaw.

"Umalis ka sa daan, !@#$#@!! gago!" sigaw nito bago nagpatuloy. "Mga bobong volunteers, nakakainis!!!" dagdag pa nito.

Gusto sana ni Ethan na harapin ito, pero nang makita niyang nakasuot ito ng doctor's uniform, nagpasyang hayaan na lang. Pigil ang sariling sinundan na lang niya ito ng tingin habang pumapasok sa loob – papunta kay Eunice!

Nakita niya ang mga mata ni Eunice na kuminang, habang tumatayo ito para salubungin ang lalaki. Nadismaya si Ethan nang makita niyang hinalikan ng lalaki si Eunice sa pisngi.

"Hmmp! Nakamaskara si Eunice kaya technically hindi naman siya nahalikan!" pampalubag-loob niya sa sarili. *"(Sigh!) Boyfriend ba niya ito?"*

Lihim niyang pinagmasdan ang dalawa. Sa paggalaw ng doktor sa harap ni Eunice, napiho ni Ethan na boyfriend nga nito ang lalaki. Napansin niyang parang mayabang at palabida ito.

"Sa itsura pa lang, sigurado akong isa itong twerp at first class na jerk! Hmmm... ano kaya ang nakikita ni Eunice sa kanya?"

16
Instant Karma

"Ano'ng ibig mong sabihin, kina-cancel mo ang ating date bukas?" tanong ni Eunice.

"Eh, wala akong magagawa, sweetie pie!" dahilan ni Albert. "Marami talagang trabaho, kahit Linggo! *(Hikbi!)* Alam mo naman ang mga bigatin... hindi tumitigil ang oras!"

Ang hindi sinasabi ni Albert ay iti-treat niya ng dinner ang ilang miyembro ng board of trustees..

"Ilang linggo ko nang inaasahan ito. Ilang buwan na rin mula nang huli tayong lumabas. Kailangan ko talaga ng konting relaxation!"

"Hoy, sweetie... quarantine period pa ngayon — bawal ang mga date, 'di ba?" pang-uuyam ni Albert.

"Albert, baka nakalimutan mo na sa bahay lang tayong dalawa — kasama na ang mga safety precautions."

"Tsk! Tsk! Pareho lang 'yan!"

Masama ang loob na napailing si Eunice.

"*(Sigh!)* Sige, dahil nandoon ka naman bukas, puwede bang tumulong ka sa amin?" wika niya. "Kulang kami sa tao at malaking tulong kung..."

"HA?! AKO?A-Ako ba ang ang tinutukoy mo...na tutulong sa inyo? Babe, are you out of your mind? Masyado akong importante... masyadong mahalaga para mag-risk..."

"Eh ako? Hindi ba ako mahalaga?"

"Uhm... oo, oo naman. Please listen, sweetie, mali lang ang pagkakasabi ko. S-siyempre... masaya akong tumulong — pero hindi bukas. Baka sa ibang araw."

Pagkabanggit nito ay bigla niyang tiningnan ang kanyang relo.

"Oops! Late na ako sa meeting namin. Aalis na ako, babe! I-reschedule na lang natin ang date natin. Sigurado akong makakahanap tayo ng araw para..."

Hindi na narinig ni Eunice ang mga huli pa niyang sinabi. Tuluyang siyang nanglumo sa kanyang kinauupuan.

* * * * * * * * * *

Kahit hindi naririnig ni Ethan ang usapan nina Eunice at ng boyfriend nito, malinaw sa kanya ang pagkalungkot sa mga mata nito. Ayaw ni Ethan na makita si Eunice na malungkot. Doon pa lang ay namunhi na siya kay Albert.

Nakita niyang habang naglalakad si Albert ay mukhang inis na inis, at nagmamadaling papunta sa exit. Nakatayo si Ethan sa tabi ng pinto, at nang malapit na si Albert, bigla niyang iniharang ang kanyang kaliwang paa at pasimpleng pinatid si Albert.

!!!BLAGAG!!!

Umalingawngaw ang malakas na tunog nang bumagsak si Albert sa sahig.

"Aarrgghh!" sigaw ni Albert sa sakit. Natatakpan siya ng mga tao kaya hindi nakita ni Eunice ang nangyari sa kanya. Nilamon ng ingay sa loob ng silid ang kanyang pagpalahaw.

Galit na galit siyang tumingin sa paligid pero walang makitang masisisi. Wala ring tumulong sa kanya. Dahil ayaw mapahiya, mabilis siyang bumangon at dali-daling umalis.

Si Ethan naman ay tawa ng tawa na parang nasisiraaan ng ulo.

* * * * * * * * * *

Nagulat si Eunice nang makita niya ang isang bungkos ng dilaw na rosas sa kanyang mesa nang sumunod na Lunes.

"Oooh! Dilaw na rosas, paborito ko 'to!" bulalas niya. Hinanap niya ang note kung kanino galing ito pero wala siyang makita.

"(Giggle!) Siguro galing kay Albert ito! Ayaw niyang aminin, pero nagsisisi siya sa nangyari kahapon at gusto niyang bumawi!"

Excited, kinuha niya ang kanyang cellphone at tumawag.

"Thank you, Albert — ang ganda nila!" agad niyang sinabi ng sagutin ang tawag. "Pinatawad na kita! Hihihi!"

"Uhm... t-thank you... para saan?" gulat na sagot ni Albert.

Akala ni Eunice ay nagbibiro pa ito.

“Hihihi! Okay lang, pinatawad na kita. Ang ganda talaga ng mga bulaklak...”

“A-anong bulaklak?” naguguluhang tanong ni Albert.

Doon na-realize ni Eunice na hindi ito nagbibiro.

“Hindi mo ba ako pinadalhan ng mga bulaklak?”

“H-hindi...”

“Eh sino?”

Sasagot pa sana si Albert nang pumasok ang Chief Resident. Mainit ang ulo nitong sininghalan si Eunice.

“Paano ko malalaman? Haaiisst! Hindi ako makapaniwala na tinawagan mo ako — para lang dito!!” pagalit niya.

Kahit na nasaktan si Eunice, na-control pa niya ang sasabihin, “Uhm, pasensya na, pasensya na... akala ko kasi galing sa ‘yo ang mga bulaklak. Pero hindi ka ba man lang curious kung sino ang nagpadala sa akin?”

Sa puntong ito, nakita ni Albert na mukhang naiinip na ang Chief Resident.

“Haaiisst! Paano ko malalaman? Baka galing sa isa sa mga pasyente mo... o kay superman, batman, o kung sino man! Tigilan mo na ‘yan, okay?!! Sheesh! Marami pa akong mas importanteng gagawin. Kailangan ko nang umalis — mag-usap na lang tayo mamaya!”

Hindi na niya hinintay ang sagot ni Eunice at mabilis na nag-disconnect ng phone.

* * * * * * * * * * *

“Sino kaya ang nagbigay nito?” patuloy na nagtataka si Eunice habang inaayos ang mga rosas sa isang vase. Bagama’t nadisappoint siya, sumaya pa rin siya pagkakita muli sa mga rosas.Pero nagtaka pa rin siya.

“Sino kaya ang nagbigay ng mga rosas?” muling tanong niya sa sarili. Nakita niya si Gina at tinawag ito para lumapit.

Bago pa man siya makapagtanong, nagulat si Gina sa mga rosas.

"Wowoweeee! At saan nanggaling ang napakagandang mga rosas na ito?" sigaw niya.

"Yan ang gusto kong itanong sa 'yo?" sagot ni Eunice. "Ikaw ba ang nagpadala nito?"

Napaurong si Gina.

"Halleerrrr! At bakit ko ipapadala sa 'yo ang mga super-cali-fragilistic na bulaklak na ito?"

"Pero ikaw lang ang..."

"Girl, alam mong mahal kita – pero wala akong balak na tumalon sa kabilang bakod! Marami pa ring lalaki ang nagkakagusto sa akin... kung hindi mo alam! Hihihihi!"

"Puwede bang maging seryoso ka kahit minsan, Gina? Talagang naguguluhan ako kung sino ang nagpadala ng mga rosas na ito."

"Tee-hee! Tiyak na hindi galing sa... uhm... 'yang walang kwentang alam mo na!"

Alam ni Eunice na tinutukoy niya si Albert at umiling.

"H-Hind ngai..."

"Sabi ko na nga ba. Ang kaya lang ibigay ng mokong na 'yon ay ang kanyang mga yabang at yabang pa. Anyway, talagang nakakapagtaka. Kung sino man ang nagbigay nito... hindi lang basta pasyenteng nagpapasalamat. Posible, pero napakaimprobable."

"Sang-ayon ako sa 'yo," pag-amin ni Eunice.

"Kung sino man ang nagpadala nito... alam ang mga paborito mo!"

"Uh-hum, 'yan din ang naisip ko. Ang mga rosas ay puwedeng isiping coincidence lang. Pero... dilaw na rosas..."

"... na sobrang paborito mo..." dagdag ni Gina.

... HINDI NA ITO COINCIDENCE!" sabay nilang wika.

****

Nagkatinginan sila na puno ng pagtataka. Pagkatapos ng ilang sandali, si Gina ang unang nagsalita.

"Jeez! It doesn't matter!" sigaw niya. "Anyway, huwag na nating pag-isipan 'yan. Uhmm, may secret admirer ka – magandang balita 'yan. Masaya ako para sa 'yo!"

"Pero may Albert na ako," protesta ni Eunice.

"Ahiiii! Yan na naman tayo! Ang iyong mga outdated na prinsipyo. Kung may gustong magbigay sa 'yo — ano naman ang masama doon? Malaya tayong bansa. Maging masaya ka na lang na may nag-iisip sa 'yo. Kung ako ang nasa lugar mo — hindi ako magdadalawang-isip na tumanggap ng mga bulaklak."

"Pero ano kaya ang iisipin ng iba?"

"Bakit? Hiniling mo ba? Huwag mong isipin ang sasabihin ng iba — bayaaan mong mainggit sila."

"Pero..."

"Girly... hindi mo naman hiniling, 'di ba? Kaya wala kang obligasyon sa nagbigay nito. Naiintindihan mo? Kaya tumigil ka na sa pag-aalala, okay? Enjoyin mo na lang at amuyin ang mga bulaklak. Maging masaya at magpasalamat ka na lang!"

Hinang-hinang tumango si Eunice.

"Anyway, nasaan na ang boylet ko? Hihihi! Parang matagal ko nang hindi nakikita si Tammy dear at gutom na ako sa kanya. Parang gusto ko na siyang kainin!"

17
Ang Secret Admirer

Nakatago nang hindi kalayuan sa kanila si Ethan. Maaga siyang pumasok at itinatago ang mga bulaklak sa kanyang bag. Nagalak siya nang hindi siya pinansin ng ilang tao sa loob nang pumasok siya. Matapos siguraduhing walang nakatingin, mabilis siyang pumasok sa opisina ni Eunice, inilapag ang mga bulaklak sa kanyang mesa, at agad na umalis.

Narinig niya ang usapan ng dalawa at labis siyang natuwa nang mapilit ni Gina na tanggapin ni Eunice ang mga bulaklak. Nag-aalala siya na baka itapon lang ito ng dalaga.

Tama ang hinala ng dalawa na alam niyang favorite ni Eunice sa dilaw na rosas. Bagama't hindi ito nakasaad sa kanyang Facebook account, nakita ni Ethan ang maraming dilaw na rosas sa mga post nito, kaya napiho niyang ito ang paborito nito.

"Yehey! Tama ako!" tuwang-tuwang bulong niya sa sarili.

Bagama't medyo nagagalak siya na malaman na may tampo si Eunice sa kanyang boyfriend, nalungkot pa rin siya sa sitwasyon nito.

"Dapat tratuhin niya ng mabuti kay Eunice," naisip niya. *"Hilo ba siya, isang hunghang para tratuhin siya nang ganoon?"*

Ipinangako niya sa sarili na aalagaan niya ito nang buong puso.

"Nandito na ako, Eunice. Hindi mo na kailangang mag-alala. Aalagaan kita — ipinapangako ko sa 'yo 'yan!"

* * * * * * * * * * *

"Gutom na ako," reklamo ni Eunice kay Gina. Halos walang tigil siyang nagtatrabaho mula kaninang umaga at hindi pa nakakapagpahinga.

"Kasalanan mo 'yan," pagalit ni Gina, "Inaya kita kanina na magpahinga't kumain... at tumanggi ka. Ngayon, tignan mo kung sino ang nagdurusa."

"Alam ko, alam ko," pag-amin ni Eunice, "pero 'yung pasyenteng hinahawakan ko kanina ay isang matandang babae na masyadong mahina. Mukha siyang pagod na pagod at gusto kong matapos agad ang mga test para makauwi na siya."

"(Hinga!) 'Yan ang ang waterloo mo, Eunice. Lagi kang nag-aalala sa iba, nakakalimutan mo ang sarili mong kalusugan. Tignan mo ang nangyari sa 'yo. Uhm, may mga candies ako dito. Hindi man ito gaanong makakabusog, pero baka makatulong ito hanggang lunchtime."

pero bago pa man maibigay ni Gina ang mga candies, dumating si Ethan at ibinigay kay Eunice ang isang bagong lutong large hamburger.

"Huh? A-Ano ito, Tam?" tanong ni Eunice.

"May isang lalaking dumating at hinahanap ka para ibigay itong hamburger. Nag-aatubili siyang pumasok, kaya tinanggap ko na para sa 'yo. Nalito ako noong una dahil sinabi niyang ibigay kay Eunice. Tapos naalala ko na Eunice ang pangalan mo. Nakita ko na ito dati sa nameplate mo, pero hindi ko gaanong naalala. Kaya tinanggap ko na. Sabi niya, regalo daw ito mula sa langit. Hindi ko alam kung ano ang ibig niyang sabihin... pero 'yun ang sinabi niya. Sinasabi ko lang kung ano ang narinig ko."

Sinikap ni Ethan na maging kalmado ang boses para hindi siya mahalata. Natuwa siya nang hindi napansin ng dalawa ang panginginig ng kanyang tinig.

Nagkatinginan sina Eunice at Gina at lubos na naguguluhan. Malinaw na binili ang burger sa burger house malapit dahil mainit-init pa ito.

Alam ni Ethan na walang tigil sa trabaho si Eunice simula pa ng umaga. Nang makita niyang hindi ito sumama kay Gina sa breaktime, nagpasya siyang bumili ng makakain para rito.

Patuloy na naguguluhan, lumingon si Eunice kay Ethan.

"Uhm... Tam, ano itsura nung lalaki?" tanong niya. "Ibig kong sabihin... 'yung nagbigay nito — ano itsura niya?"

"Ummm," kunwari'y nag-iisip si Ethan. "Mahaba ang buhok at may balbas... parang ganun."

Hindi okay sa kanya ang ideya na sabihing delivery ang nagdala nito, dahil baka may magsabing walang nakakita ng nag-deliver. Nagpasya siyang sabihing galing ito sa isang random na lalaki, gamit ang kanyang persona at imahe sa Facebook para hindi siya mapaghinalaan.

Nagtagumpay ang kanyang pakana. Muli silang nagkatinginan nina Eunice at Gina.

"SI ETHAN?" bulong ni Eunice.

"'Yung Jesus Christ guy?" dagdag ni Gina.

Tiningnan siya ni Eunice, "Puwede mo bang ilarawan pa nang mas detalyado 'yung lalaki?"

Kunwari'y nag-isip ulit si Ethan.

"Mmmm... Siguro... mas maliit sa akin, maputi... uhm... at mukhang late twenties."

"Mukha rin siyang gwapo... uhm... opinyon ko lang," dagdag niya, naiiling sa loob.

Muli nagkatinginan ang magkaibigan at sabay bulalas, "SIYA 'YUN!"

Sinamantala ni Ethan ang pagkakataon para umalis.

"WHEEWWW!" nakahinga nang malalim si Ethan ng nakalayo na. Kumabog ng husto ang kanyang puso habang kaharap si Eunice sa takot na baka mabisto siya.

* * * * * * * * * *

Tiningnan nina Eunice at Gina ang burger na parang isang mahalagang relikya hanggang sa parang naalimpungatan si Gina.

"Jeez! Bakit ba natin 'to tinitingnan?" pagalit niya. "Hindi ba dapat kinain mo na lang 'to kaysa tignan mo na parang banal na kalis o ano?"

"Uhm, hindi naman," sagot ni Eunice, "pero... naguguluhan pa rin ako kung sino ang nagpadala nito?"

"Bakit mo iniisip 'yan? Kainin mo na lang. Okay, isipin na lang natin kung sino ang nagpadala mamaya. Mainit pa, kaya siguradong safe ito mula sa mga virus. Ngayon, gutom ka — at kailangan mong kumain o baka mahilo ka sa pagod. Ako muna ang bahala dito."

Ang pagpupumilit ni Gina at ang pag-kulo ng tiyan ni Eunice ang nag-convince sa kanya. Nagtungo siya sa kanyang opisina, umupo, at nagsimulang kumain.

Si Ethan, na nagmamasid mula sa malayo, ay labis na natutuwa nang makita siyang kumakain.

* * * * * * * * * *

Lalo pang naguluhan si Eunice. Una, ang mga bulaklak, at ngayon, isang burger — eksakto sa oras na gutom siya! Siyempre, hindi siya nagrereklamo. May konting kasiyahan siyang nararamdaman, pero hindi pa rin niya maiwasang magtaka.

Ibinahagi niya ang kanyang pag-aalala kay Gina.

"Gina, hindi ako nagrereklamo," simula niya, "pero talagang nagtataka ako tungkol sa mga bulaklak at burger."

Nag-isip sandali si Gina bago sumagot.

"Ganito na lang. Siyempre, misteryoso kung paano dumating ang mga bulaklak at burger, pero sa kabilang banda, naiintindihan ko rin."

"Naiintindihan? Bakit mo nasabi 'yan?"

"Una, kung sino man ang admirer mo, sigurado — alam niyang may karelasyon ka na. Pangalawa, ibig sabihin... wala siyang intensyong makialam."

"Eh bakit mo nasabing naiintindihan mo?"

Tiningnan siya ni Gina nang may pagkainis.

"Sis, saan ba napunta ang utak mo? 'Yan ang dahilan kung bakit, kung sino man siya, nag-ingat ito na hindi magpakita. Gusto lang niyang alagaan ka — pero hindi siya umaasang may kapalit! Naiintindihan mo, Miss pagong?"

Dahan-dahang tumango si Eunice, bago biglang sumabad.

"P-Pero paano niya nailapag ang mga bulaklak sa mesa ko nang walang nakakakita? At 'yung timing ng hamburger — paano niya nalaman... na gutom ako?"

Ang sagot ni Gina ay hindi nakatulong.

"Siya si Jesus Christ, 'di ba? Alam niya ang lahat..."

"Gina, seryosohin mo naman."

Tiningnan siya ni Gina nang may pagtataka.

"Sister, kung alam natin ang sagot diyan... hindi na ito magiging misteryo. Hihihi! Tigilan mo na ang pag-aalala, Eunice. Maging masaya at magpasalamat ka na lang. *(Giggle!)* Hoy, hindi ako magdadalawang-isip na makipagpalit sa iyo, kung sakali!"

* * * * * * * * * * *

Matagal na rin mula nang huling buksan ni Eunice ang kanyang Facebook account. Mula nang magsimula ang pandemic, bihira na siyang mag-online. Sa mga pagkakataong nag-online siya, hindi siya nag-post. Nagba-browse lang siya para mapaglibang ang oras.

Naalala niya si Ethan. Bigla siyang nagkaroon ng ideya. Kinuha niya ang kanyang telepono at binuksan ang Facebook account. Nag-isip siya sandali at pinag-isipan ang gagawin niya.

"Okay lang kaya ito?" tanong niya sa sarili, dahil ang gagawin ay isang bagay na 'hindi normal' para sa kanya. Hindi niya ito ugali. Lalabas siya sa kanyang comfort zone. Nag-atubili siya at muntik nang sumuko. pero alam niyang hindi siya mapapanatag kung hindi niya ito itutuloy.

"Hindi pangkaraniwan ang mga pangyayari," pagbibigay-katwiran niya, "kaya kailangan ng hindi pangkaraniwang aksyon."

Nag-click siya sa Messenger at nag-type,

did you send the food & flowers?

18
Muntikan Na!

Natulala si Ethan nang makita niya ang mensaheng galing kay Eunice. Pabalik na siya sa CoRD matapos makakuha ng mga medical supplies nang marinig niya ang alert sa kanyang cellphone.

Pasimple niyang kinuha ang kanyang telepono para tingnan ito. Medyo nainis pa nga siyang tingnan kung ano iyon.

"Ugh! Mensahe lang pala galing sa Facebook account ko," bulong niya.. Balak sana niyang tingnan ito mamaya pero nagbago ang isip niya.

"Uhm, basahin ko na rin. Wala naman akong ibang gagawin."

Muntik nang mahulog ang kanyang mga bitbit nang makita niya ang pangalan ni Eunice. Kinabahan siya habang binabasa ang mensahe nito.

did you send the food & flowers?

Ang unang reaksiyon niya ay huwag itong sagutin, pero naisip niyang mali ito.

"Kung hindi ako sasagot, baka magtaka siya kung sino ang nagpapadala ng mga iyon... at baka hindi na niya tanggapin sa susunod."

Na-realize rin ni Ethan na hindi pangkaraniwan ang ginawa ni Eunice. Kahit na nag-mensahe na ito dati para humingi ng paumanhin, hindi na niya ulit ginawa iyon. Maaaring sumagot siya sa ilan sa kanyang mga mensahe, pero hindi siya direktang nag-memensahe sa kanya. Maaaring ito na ang kanyang pagkakataon para makipag-usap nang mas makabuluhan kay Eunice.

Dahan-dahan, sumagot siya.

yes

Nang sumagot si Ethan, nabahala si Eunice kung ano ang kanyang isasagot.

"Ano na ngayon ang sasabihin ko?"

Matagal siyang nag-isip bago nagpadala ng tugon.

thank you but you don't need to do it

Nang natanggap ni Ethan ang sagot sa kanya ay sumaya ang kanyang mukha.

"Hindi niya sinabing itigil ko o hwag na!" bulalas niya. "Ibig sabihin...okay lang sa kanya..."

Pinag-isipan ni Ethan kung ano ang isasagot. Napagpasyahan niyang hindi na magpaligoy-ligoy.

i want to

Mabilis ang tugon ni Eunice.

why?

Unang sinulat ni Ethan ay "**because you mean so much to me,**" pero nagdalawang-isip siya. Pakiramdam niya masyadong direkta ang mensahe at baka matakot si Eunice. Gusto niyang malaman nito na nagmamalasakit siya at nababahala siya sa kanya.

because i care

Tumibok ang puso ni Eunice nang basahin ang mensahe ni Ethan. Matagal bago siya nakapag-reply ulit.

Si Ethan naman ay kabado na nang dumating ang tugon. Natatakot siyang baka ma-offend ito sa kanyang mensahe. Laking tuwa niya nang basahin ang sagot ni Eunice.

thank you, i really appreciate it

Nag-log off na si Eunice pero paulit-ulit pa ring binabasa ni Ethan ang kanyang mga mensahe. Para siyang nasa cloud nine siya, kasama na ang malakas na pagtambol ng puso niya!

Bigla niyang naalala na late na siya sa pagbalik at bak hinahanap na siya.

"Naku! Nakalimutan ko! Kailangan na nila ang mga supplies. Dapat na akong magmadali."

Hawak nang mahigpit ang mga supplies, tumakbo siya nang mabilis. Sa pagliko niya ay nabangga niya si...

EUNICE!

Si Eunice naman ay nagbabasa ng chart at hindi nakatingin sa dinadaanan. Dahil sa lakas ng impact, nawalan siya ng balanse at babagsak nang paatras, kasama ang nagkalat niyang mga gamit.

Mabilis naman siyang nahawakan ni Ethan para mapigilan ang pagkabagsak niya.

Konting space lang ang pagitan ng kanilang mga mukha. Na-shock si Ethan sa pagkakalapit nila, habang hawak-hawak ang baywang ni Eunice. Titig na titig siya sa mga mata nito. Kahit nakamaskara sila, ito ang unang pagkakataon na napakalapit niya kay Eunice. Sa lapit nila, pwede na niyang bilangin ang mga pilikmata nito.

Nanatili sila sa ganoong posisyon nang ilang segundo, nakatingin lang sa isa't isa. Natauhan lang sila ng may dumaang maingay na ambulansya. Awkward na lumayo agad si Eunice.

Pero hawak pa rin siya ni Ethan.

"Uhm... Tam?" wika ni Eunice, "pwede mo na akong bitawan. Okay na ako."

Nahiya si Ethan at agad siyang bumitaw. Dahil biglaan, muling nawalan ng balance si Eunice kaya akma siyang muling hahawakan ni Ethan pero pinigil niya.

"O-okay lang, Tam... Kaya ko na," sabi niya.

"P-Pasensya na, Doktora Gorospe. Nagmamadali ako at hindi kita nakita..."

"Uhm, okay lang, Tam! Kasalanan ko rin naman. Pero wala namang nasaktan."

Namagitan na naman sa kanila ang ilang nakakailang na katahimikan.

Dahil walang malamang gawin, mabilis na yumuko si Ethan upang pulutin ang mga gamit ni Eunice. Habang inaabot ito, muli silang nagkatinginan. Nanatili silang nakatayo at hindi makawala sa pagkakatitig sa isa't isa.

Biglang umalingawngaw ang boses ni Gina

"Naandyan ka lang pala, Tammy dear! Kanina pa kita hinahanap!"

Nagulat si Eunice at napalingon kay Gina.

"Uhm, may kinukuha lang akong resulta..." paliwanag niya.

"Hindi kita kausap, sis," sagot nito habang itinuturo si Ethan, "siya ang kausap ko!"

Lumapit ito kay Ethan at nagsalita nang may lambing.

"Bakit ang tagal mo, Tammy dear? Ang tagal kitang hinihintay!"

"Ah... uhm... m-maraming tao sa stockroom. Kailangan kong maghintay. P-Pasensya na!"

Malambing niyang hinawakan ang dibdib ni Ethan bago sumagot.

"Okay lang! Hindi ko lang kaya na hindi kita makita ng matagal. Hihihi!"

Lumingon si Gina kay Euniceat pagkatapos kay Ethan at muling pabalik kay Eunice. Kumunot ang noo niya na parang nagtatanong.

"Uhm, nagkakamali ba ako... o nakita ko kayong magkayakap?"

Nataranta si Eunice at hindi alam ang sasabihin.

"Bakit ka napipi, dearie," tanong ni Gina nang may pangingilit, "may tinatago ka ba?"

Lalo pang nataranta si Eunice. Halos nagkautal-utal sa pagsagot.

"Ano? Anong sinasabi mo?" tanong ni Gina.

Si Ethan na ang napilitang sumagot.

"Kasalanan ko po lahat, Doktor Robles. Naaksidente ko pong nabangga si Doktor Gorospe habang nagmamadali akong bumalik sa department natin. Muntik na siyang bumagsakg dahil sa akin. Buti na lang nahawakan ko siya. Doon niyo kami nakita."

"Hihihihi! Alam ko, alam ko! Nakita ko naman ang lahat. Nagbibiro lang ako sa kaibigan ko."

Nakahinga ng maluwag si Eunice. Hindi niya napansin na pigil-pigil niya ang kanyang paghinga.

Lumingon si Gina kay Eunice.

"Huwag kang mag-alala, sis," sabi niya, "alam kong ligtas si Tammy sa iyo. Hindi mo siya gagalawin kahit sampung talampakan ang layo ninyo. Hihihi!"

Lumingon siya kay Ethan para magpaliwanag.

"Alam ng BFF kong ito na off-limits ka na dahil akin ka na... hihihi!... Na-claim na kita, kung hindi mo pa alam. Bukod pa riyan, ang kaibigan kong ito ay... napakaloyal sa kanyang... ugh(!), boyfriend! Tama ba, Eunice?"

Tumango si Eunice habang pinipilit ngumiti. Si Ethan naman ay biglang nalungkot dahil naalala niyang off-limits na siya kay Eunice.

19
Magkaalaman Na

Nababahala si Eunice. Patuloy niyang tinatanong ang sarili. *"(Sigh!) Ano ba ang nangyari sa akin nang magkatinginan kami? Bakit iba ang naramdaman ko nang niyakap niya ako?"*

Hindi niya maintindihan ang sarili. Hindi pa ito nangyari sa kanya dati.

"Ano ba ang nangyayari sa akin? Halos hindi ko pa kilala si Tam... at kakilala ko lang siya."

"Dalawang linggo pa lang siyang narito. (Sigh!) Pero bakit parang matagal ko na siyang kilala? Ang kanyang mga mata, ang kanyang mga mata — alam kong nakita ko na ang mga matang iyon. Pero saan... kailan?"

Pilit niyang inisip kung saan niya ito nakita. Sumakit ang kanyang ulo hanggang sa sumuko na lang siya.

Litong-litong bumalik na lang siya sa trabaho.

* * * * * * * * * * *

"Tam, pwede mo ba akong bilhan ng kape?" tanong ni Gina kay Ethan. "Please, gustong-gusto ko talagang makainom ng coffee pero puno ako ng mga pasyente!"

"Uh-hum, walang problema, Doktor Robles," sagot ni Ethan, "bibilisan ko ang pagbili!"

"Ang bait mo talaga, Tammy boy," komento ni Gina. "At pwede mo na akong tawaging Gina... please! Hihihihi!"

Ngumiti lang si Ethan. Bago siya umalis, tumigil siya sa mesa ni Eunice na abala sa pagsusulat.

"Uhm... Doktor Gorospe?"

"Uhm?" sagot ni Eunice nang hindi tumitingin.

"G-Gusto mo rin ba... ng kape?"

Nagulat si Eunice at tumingin sa kanya.

“A-Ano?” bulong niya.

“Pupunta ako... uhm... para bumili ng kape para kay Gina... ibig kong sabihin, kay Doktor Robles. Naisip ko... baka gusto mo rin ng para sa iyo. Hindi ka pa nagpapahinga mula kaninang hapon.”

Muli, nahulog ang paningin ni Eunice sa mga mata ni Ethan. Upang itago ang kanyang pagkabalisa, mabilis siyang tumango at nagbalik sa kanyang trabaho.

Pag-alis ni Ethan, dahan-dahan niyang tiningnan ito habang lumalayo. Hindi sinasadyang nakita ni Eunice si Gina na nakatingin sa kanya nang may pagdududa sa kanyang mga mata.

* * * * * * * * * * *

Sa kanyang pagbalik dala-dala ang kape, nabigla si Ethan nang makita niyang kausap ni Albert si Eunice. Ibinigay niya ang kape kay Gina, pero nang pupuntahan na niya si Eunice, binalaan siya ni Gina.

“Uhm, mas mabuting hintayin mo munang umalis ang boyfriend niya,” sabi niya, “hindi mo gustong mapagitna sa away ng magkasintahan, di ba?”

“O-Oo naman.”

Umupo siya habang hawak pa rin ang kape, nakatingin kay Eunice at Albert.

* * * * * * * * * * *

“Anong ginawa mo?” sigaw ni Eunice. Hindi niya mapigilang itaas ang boses nang marinig ang sinabi ni Albert.

“Shhh! Honey, kalma lang... huwag kang magtaas ng boses,” pilit na pinaamo siya ni Albert, “nakakatawag ka ng atensyon!”

pero wala siyang pakialam.

“Kalma? Paano ako magpapakalma pagkatapos marinig ang sinabi mo?”

“Uhm, honey... huwag kang mag-overreact. Huwag kang masyadong magalit.”

“Huwag mag-overreact? Hindi ka ba magagalit kung ikaw ang nasa posisyon ko? Bakit mo inagaw ang aming request para sa dagdag na tauhan? Sobra na ang trabaho namin dito at kulang sa pahinga. Alam mo ba kung gaano namin kailangan ang dagdag na tao?"

"Alam ko, alam ko. Kasi lang... mas kailangan ng departamento ko kaysa sa iyo."

Galit na galit si Eunice at hindi siya nagpigil sa pagsasalita.

"Mas kailangan ng departamento mo? Ang departamento ng Medical Records ay mas kailangan kaysa sa amin? Bakit? Hindi ba kayang bumasa ng alpabeto ang mga tauhan mo... o hanggang sampu lang ba ang kayang nilang bilangin — kaya kailangan mo ng dagdag na tao? Yun ba?"

"Babe, napakaimportante ng papel namin sa ospital..."

"(Hikbi!) Huwag mo akong gawing tanga, Albert! Dinadagdagan mo ang iyong tauhan para mas marami kang oras para..."

Hindi na niya natapos ang sasabihing "magsipsip sa mga pwet ng ang boss niya." Lubos siyang nasaktan. Matagal na niyang hinihiling ang dagdag na tauhan at ngayong naaprubahan na, ito'y kinuha ng mismong boyfriend niya. Puno ng luha, nagtago siya sa kanyang silid. Sinundan siya ni Albert pero sinarhan niya ang pinto.

Sinubukan ni Albert na magkunwaring walang pakialam dahil alam niyang may mga nakatingin sa kanya. Itinuwid niya ang kanyang coat naglalakad papaalis.

* * * * * * * * * *

Kumukulo ang dugo ni Ethan nang makita niyang tumakbo papasok sa silid niya si Eunice.

"Bakit kaya siya umiiyak?" tanong niya sa sarili. Nang makita niyang papalayo na si Albert, tumayo siya para harangin ito, hawak nang mahigpit ang tasa ng kape.

Nang malapit na sila, nagpanggap si Ethan na natulak sa likuran.

"H-Hey! Ano ba yan?!" sigaw niya. Hinampas niya nang malakas ang kanyang balikat sa dibdib ni Albert. Kasabay nito, ibinato niya ang mainit na tasa ng kape sa mukha nito.

Tumama ng diretso ang kape sa mukha ni Albert. Kahit nakasuot siya ng goggles at face mask, karamihan sa kape ay tumalsik sa kanyang balat at tumulo sa loob ng kanyang PPE. Sa lakas ng pagkakabangga niya ay nagpagulong Si Albert at bumalandra sa sahig.

Galit na galit si Albert. Basang-basa siya ng kape, nananakit ang kanyang mukha mula sa mainit na likido.

"AARRGGHHH! Sino ang "!@#$#@!!" ang may gawa nito?" bulalas niya, galit na naghahanap ng salarin. Pasimple namang umatras na si Ethan at nakihalo sa mga tao sa paligid.

"Sino ang "!@#$#@!!" ang may gawa nito?" ulit ni Albert. pero dahil sa kaguluhan, walang sumagot sa kanya.

Galit na galit siyang umalis.

Pasimpleng nagdiwang si Ethan nang makita niyang umaalis na si Albert.

"Hahaha! Sayang, hindi na masyadong mainit yung kape!"

Pasimpleng tiningnan niya ang paligid. Nagulat siya nang makitang nakatingin sa kanyang direksyon si Gina at tila minamatyagan siya. pero saglit lang ito at bumalik na ito sa kanyang trabaho.

"B-Baka naiimagine ko lang," sabi niya, kahit hindi lubos na kumbinsido.

****

Pagkaraan ng ilang sandali, lumabas si Eunice mula sa kanyang silid. Sinundan siya ng tingin ni Ethan. Bumalik siya sa trabaho na parang walang nangyari.

"Sa itsura niya, mukhang okay na siya. Salamat naman. Sa dami ng trabaho niya... hindi niya kailangan ng mga ganung distractions."

Nakatingin siya kay Eunice kaya hindi niya napansin si Gina hanggang sa magsalita ito.

"Maganda ang view, di ba?" bigla nitong sinabi.

Muntik nang mapatalon si Ethan sa gulat.

"Uhm, Doktor Robles... pasensya na hindi kita napansin. M-May kailangan ka ba?" bulalas niya.

"Hindi mo ba narinig ang sinabi ko?"

Nagpanggap si Ethan na walang alam.

"Ha? Ano? May sinabi ka ba? Uhm, baka hindi ko narinig. Abala kasi ako... uhm... sa iniisip ko tungkol sa mga supplies na kailangan natin bukas. Pasensya na... ano ulit?"

Tiningnan siya ni Gina nang husto.

Maron sana itong sasabihin pero nagbago ang isip.

"Hindi na! Uhm, Oo nga pala... nasaan na ang kape ni Eunice... uhm... ibig kong sabihin yung kape ni Doktor Gorospe?"

"Ha! Ah, oo... ang kape ni Doktor Gorospe!" pag-ulit ni Ethan. "Nawala... ahh... parang nawala ko."

"Ummm... baka itinapon mo?" tanong ni Gina nang may diin.

Nagpanggap ulit si Ethan na hindi ito narinig.

"Bibili na lang ulit ako ng kape para sa kanya."

Hindi na niya hinintay ang sagot ni Gina, mabilis siyang tumayo siya at umalis. Hindi niya napansin na nakangiti si Gina habang papalayo siya.

20
Blowout Palusot

"Wow! Ano ito?" bulalas ni Eunice. Tanghali na at nagulat siya nang makita ang pagkain sa kanyang mesa.

"Unang sweldo ni Tam, Dok Gorospe," sigaw ng isang nars na puno ang bibig ng pagkain. "Ito ang kanyang blowout!"

"Hihihi! Swerte naman natin!" sabi ni Gina habang umuupo sa kabilang dulo. "Pinakain ni Tammy ang lahat sa departamento natin."

Nakita ni Eunice si Ethan na malapit lang.

"Hoy, Tam, hindi mo na kailangang gawin ito. Volunteer ka lang at allowance lang ang nakukuha mo."

"Walang problema, Doktor Gorospe," sagot ni Ethan at nagbiro, "Puno ang kwarto ko ng pera... hindi ko alam kung paano gagastusin!"

Tumawa ang buong grupo.

Si Eunice ay umiling na lang sa pagkatuwa.

"Hihihihi! Yan ang gusto ko kay Tam," komento ni Gina, "kahit halatang mahirap siya, napakasaya niyang tao."

"Bakit mo nasabing mahirap si Tam?" tanong ni Eunice. "Hindi ba siya ang pamangkin ni Dok Cruz?"

"Sister... hindi namamana ang yaman sa apelyido," sagot ni Gina. "Maaring mayaman si Doktor Cruz, pero hindi ibig sabihin na mayaman din si Tam. Tingnan mo ang kanyang suot... madalas slacks at t-shirt lang — wala nang iba. Naku, ni wala akong makitang relo sa kanya!"

Mali ang hinala ni Gina kay Ethan. Kahit wala siyang kwartong puno ng pera, tulad ng kanyang biro, mayaman na siyang maiituring. Sa maikling panahon, nakapagtatag na siya ng isang matagumpay na design shop na may maraming bibigating kliyente. Kung gugustuhin nito, kayang-kaya niyang araw-araw silang i-blowout.

Ayaw ni Ethan ng magagarang damit at alahas. Mas gusto niyang magsuot ng slacks at t-shirt dahil komportable siya rito. At hindi rin siya mahilig sa mamahaling damit. Madalas siyang namimili sa Divisoria para sa kanyang mga damit.

"Bukod pa riyan," dagdag ni Gina, "sino ba naman ang magvo-volunteer na magtrabaho dito — kung hindi siya naghihirap."

"Pero maliit lang ang sweldo," pagtutol ni Eunice.

"Eh, ang mga naghihirap, hindi pihikan."

Kumbinsido ang argumento ni Gina at hindi nagtagal ay sumang-ayon din si Eunice. Bumalik siya sa pagkain.

Medyo nagtaka siya nang tingnan ang kanyang pagkain. Lumingon siya kay Gina.

"A-Ano ang order mo?"

"Ano pa — lauriat, paborito ko. Alam mo naman kung gaano ako kalakas kumain. Hoy, kung nag-aalala ka sa pagkain — huwag kang mag-alala. Mainit pa ito nang dumating at selyado. Ligtas ito, sigurado ako... tumulong ako sa pagtanggap."

"Hindi iyon ang punto. Uhm, paano naman ang iba? Paano..."

"Oo nga pala, nakalimutan kong sabihin. Nasa meeting ka nang mag-announce si Tam na bibili siya ng tanghalian natin. Tinanong niya kung ano ang gusto namin, kaya lahat ay nakapagsabi ng gusto nila."

"Uhummm... sinabi mo ba kay Tam kung ano ang gusto ko?"

Sinampal ni Gina ang kanyang noo.

"Naku! Nakalimutan ko talaga!" bulalas niya. "Natuwa ako sa pakikipag-usap kay Tam kaya nakalimutan kong sabihin sa kanya ang gusto mo. Naku, ang tanga ko talaga? Pasensya na, Eunice. Hindi mo ba gusto ang pagkain mo?"

Mabilis na tiningnan ni Gina ang plato ni Eunice. Nakalatag dito ang mga sumusunod; isang mangkok ng bola-bola mami, malaking chicken siopao at 3 piraso ng butche.

"E-Eksakto ang mga paborito mo, pati ang bilang ng butchi!"

Nagtinginan ang dalawa.

"Paano niya nalaman?" sabay nilang tanong.

* * * * * * * * * *

Hindi inasahan ni Ethan na nasa meeting si Eunice nang mag-announce siya ng blowout. Nagtalo siya sa sarili kung oorderin niya ang mga paboritong pagkain ni Eunice o hindi.

"Tsk! Baka magtaka siya kung oorderin ko ang mga paborito niya. Tiyak na tatanungin niya ako kung paano ko nalaman. At naandyan din si Doktor Robles na dapat isaalang-alang. Parang binabantayan niya ako nang palihim. Pwedeng magduda sa akin ang dalawa."

Nahulaan ni Ethan ang mga paborito ni Eunice habang tinitingnan ang kanyang mga larawan sa Facebook kapag kumakain sa labas. Nang malaman niyang nasa meeting si Eunice, inasahan niyang si Gina ang mag-oorder para sa kanya. Nagulat siya nang nakalimutan nito. Itatanong na sana niya pero may tumawag kay Gina sa admission department kung saan siya nanatili pagkatapos.

Sa huli, nagpasya siyang orderin ang mga paboritong pagkain ni Eunice.

"Anuman ang mangyari, mangyayari. Magpapanggap na lang ako kung tatanungin nila ako tungkol dito."

* * * * * * * * * * *

Nagpasya sina Eunice at Gina na tapusin muna ang pagkain bago nila harapin si Tam.

"Burp! Ang sarap!" komento ni Eunice, "Hindi pa ako nakakakain ng ganoon karami simula nang magsimula ang lockdown."

"Ako rin!" sang-ayon ni Gina. "Sobrang nakabusog!"

Napansin niya na may malayong tingin si Eunice.

"Mmmm, nag-aalala ka pa rin ba dahil sa pag-order ni Ethan ng mga paborito mong pagkain?" tanong niya.

"Sa isang banda, oo," kumpirma ni Eunice. May sasabihin sana siya pero nagbago ang isip at nag-shrug na lang siya.

"Pero nakakatouch naman, 'di ba?" nagpasya si Gina na maging devil's advocate.

"Huh?"

"Animin mo na, Eunice! Hindi ko pa nakikita si Albert na gawin 'yon para sa'yo simula nang makilala ko kayong dalawa. Hindi ko talaga alam kung paano ka nabola niya... o kung bakit ka pa rin nagtiis sa kanya, pero sa totoo lang, wala siyang kwenta pagdating sa romance."

"N-Napakaunfair mo naman sa kanya..."

“Sheesh! Ayan ka na naman, pinagtatanggol mo pa ‘yung walang kwentang ‘yun! Ahiii! Kung pwede lang sana akong gumawa ng paraan para maipasok sa makapal mong ulo ang katwiran at magising ka – sana ginawa ko na ito noon pa!”

Dahil dito, natawa si Eunice.

“Hihihi! Sobra ka talaga, Gina!”

“Dahil alam mong tama ako! Anyway... handa ka na ba?”

“Huh? Handa sa ano?”

“Handa ka na bang tanungin si Mr. Mysterio doon?” sagot ni Gina habang tumitingin sa direksyon ni Ethan.

“D-Dapat ba talaga?”

“Bakit? Natatakot ka ba... na mawala ang magagandang nararamdaman mo?” biro ni Gina.

“Syempre hindi! Pero baka kasi... coincidence lang talaga. Ganun lang ‘yun.”

“Well, ‘yun nga ang ating ive-verify!” sagot ni Gina at kumaway kay Ethan.

Tama si Gina. Sa kailaliman ng puso ni Eunice, sobrang nakakataba ng puso na maramdaman ulit ang pagmamahal at pag-aalaga. Matagal na matagal na rin simula nang huli niyang naramdaman ang ganitong kagalakan. Kahit hindi niya aminin, ayaw niyang magwakas ang nararamdaman niya.

* * * * * * * * * *

Nakita ni Ethan na nag-uusap ang dalawa. Tulad ng kinakatakutan niya, narinig niya na pinag-uusapan nila ang pagkain na kanyang inorder.

Sandali pa, napansin niya na kumakaway si Gina para lumapit siya. Nagmaskara siya at lumapit. Parehong kumakain ang dalawa kaya hindi sila nakamaskara, kaya tumigil si Ethan ng ilang metro mula sa kanila. Ito ang standard safety protocol nila.

“Opo, Doctor Robles,” sabi niya kaagad pagdating, “may kailangan po ba kayo?”

Isa ito sa mga pagkakataon kung saan nakikita ni Ethan ang mukha ni Eunice nang hindi nakamaskara. Tumingin siya nang may pagmamahal habang kumakabog ang kanyang puso. Hindi niya ipinahahalata na inilalagay niya sa memorya ang bawat detalye ng mukha ni Eunice sa kanyang isipan.

"Gosh! Pwede ko siyang tingnan magpakailanman. Hindi ako magsasawa sa katitingin sa kanya."

Sa halip na sumagot, tiningnan lang ni Gina si Ethan na seryong-seryoso, sinusubukang pakabahin siya. Medyo ninerbiyos din si Ethan. Pero napansin din niya na tila hindi komportable si Eunice at iniiwas ang kanyang mga mata sa kanya.

"Sinusubukan lang akong guluhin ni Doctor Robles para mabuking ako," bulong ni Ethan at nagkaroon ng konting kumpiyansa. *"Wala silang ebidensya laban sa akin."*

"Uhm, Doctor Robles... Doctor Gorospe... may problema po ba sa pagkain ninyo?"

Si Gina ang sumagot.

"Nagtataka lang kami... kung paano mo nalaman — eksakto, ang paboritong pagkain ni Doctor Gorospe."

Nagkunwari si Ethan na naguguluhan.

"Nalaman ang paboritong pagkain ni Doctor Gorospe?" sagot niya na kunwaring nagtataka. "Hindi ko maintindihan... ano ang ibig mong sabihin? Bakit mo naiisip 'yun?"

"Importante dito sa mind games, dapat ako ang maging agresibo para sila ang magduda," stratehiya niya.

Nagtagumpay ang kanyang plano dahil bigang nagduda si Gina at Eunice. Nang magtanong si Gina ay medyo kumambyo ito.

"Uhm, hindi ba ikaw ang umorder ng pagkain ni Doctor Gorospe?"

Tumango si Ethan, patuloy na nagkukunwaring naguguluhan.

"Oo, syempre. Ako ang nag-treat, 'di ba?"

"Uhm, paano mo nalaman... ang kanyang order?"

Nagkunwari siyang nag-iisip.

"Ummm... tingnan natin. Naaalala ko na kinuha ko ang inyong order. Tapos habang ino-order ko... napansin ko na nawawala ang pangalan ni Doctor Gorospe. Medyo nagmamadali na ako dahil humahaba na ang pila sa labas, kaya nag-order na lang ako ng kung anong pumasok sa isip ko para sa kanya. Ganun lang 'yun."

Kahit medyo nag-alangan, sinubukan pa rin siya ni Gina.

"Kasama... ang eksaktong 3 butchi? Paano mo nalaman na 3 lang ang gusto niya?"

"3 butchi lang!!!" Nagkunwari si Ethan na nagagalit. "30 piraso ang inorder ko — at 'yun ay para sa ating lahat bilang dessert. Jeez, ang gulo nila! Gusto ko na silang ireklamo! JEEEEZ!!!"

Napaniwala si Gina, kaya bumawi agad ito para hindi mapahiya.

"H-Hindi na kailangan, Tam. Okay na 'yun... at sobrang enjoy namin ang treat mo. Maraming salamat!"

"Walang anuman, Doctor Robles!" sagot ni Ethan.Hindi niya namamalayan na naparelax siya at napahinga nang malalim. Tiningnan niya nang palihim si Eunice. Nagulat siya nang makita niyang tinitigan siya nito nang husto.

* * * * * * * * * *

Palihim ang lakad ni Ethan para hindi mapansin. May dala siyang isang supot na puno ng bayabas, kaimito, at hilaw na mangga. Ito ang mga paborito ni Eunice at sana ay mailagay niya ito sa kanyang silid bago sila dumating. Dapat ay mas maaga siyang nakarating pero nalate siya.

"Haaiisst! Kasalanan ito ni Aling Salome! Hindi ako mapapasok sa ganitong sitwasyon kung mas maaga lang siyang dumating."

Ang tinutukoy niya ang tindera na kanyang pinagkukunan ng prutas. Noong nakaraang linggo, napagkasunduan nila na ihahanda nito ang pinakamaganda at pinakamalaking prutas nang maaga. Sa kasamaang palad, na-flat ang sasakyan na kanyang sinasakyan kaya na-late sila sa pagtitinda.

Dahan-dahang sumilip si Ethan sa loob ng CoRD nang makarating siya.

"Whew! Swerte ko pa rin. Kaunti lang ang tao sa loob."

Pasimple siyang naglakad para hindi maka-attract ng atensyon. Pumasok siya nang dahan-dahan patungo sa opisina ni Eunice.

"Kaunti na lang... kaunti na lang..." bulong ni Ethan.

Tumigil siya at tiningnan ang paligid. Huminga siya nang malalim. Walang nakakapansin sa kanya. Ang kailangan na lang niyang gawin ay buksan ang pinto at home-free na siya.

Hawak-hawak na niya ang doorknob nang biglang bumukas ito.

Laking gulat niya nang tumambad sa harapn niya sina Eunice at Gina!

****

"T-Tam?" sabay na bulalas nina Eunice at Gina habang tulala naman sa pagkabigla si Ethan.

Hindi niya alam na nag-overnight ang dalawa para pag-usapan at magplano para sa departamento. Palabas na sila para mag-almusal.

Hindi malaman ni Ethan ang gagawin. Huling-huli siyang may hawak na isang supot na puno ng prutas, sa harap mismo nila.

"Paktaylo ako!" bulong niya sa sarili.

"Oh, Tam, bakit ang aga-aga mong naandito?"

"Uh... ahhh...," nautal si Ethan at hindi makapagsalita.

"Hihihi! Akala ko may admirer na gustong makapasok nang palihim," biro ni Gina. Agad na napatingin siya sa supot.

"Ano 'yan?" tanong niya.

Nakaisip ng palusot si Ethan..

"Ummm... ahhh... ito?" sagot niya habang itinataas ang supot, "Ito... uhm... binigay sa akin ng isang lalaki at sinabing ibigay ito sa'yo, Doctor Gorospe."

"Huh! Sino?"

"Umm, kung hindi ako nagkakamali... 'yung lalaki din na nagbigay sa akin ng hamburger. Alam mo... mahaba ang buhok at may balbas..."

"SI ETHAN!" sabay na bulalas nina Eunice at Gina.

"Kailan? Kailan?" tanong ni Gina.

"K-Kanina lang. Binigay niya sa akin sa pinto habang papasok ako."

Nagkatinginan sina Gina at Eunice at sabay tumakbo papalabas. Parehong gustong hulihin ang inaakalang admirer ni Eunice.

21
Ang Set-up

Matapos ang ilang minuto, hingal na hingal na bumalik ang dalawa.

Dahan-dahan nilang nilapitan si Ethan. Kahit nakita na niyang palapit ang mga ito nagkunwari siyang abala sa trabaho. Kunwari ay nagulat pa siya nang nasa harapan na sila.

"Nahuli niyo ba siya?" agad niyang tanong, para bang excited din siya.

"Uhmm... *(Hinga!)* Sa kasamaang palad, hindi," sagot ni Gina sa pagitan ng paghinga.

"Naku, sayang naman," sagot niya, at sinubukang magmukhang disappointed din, "Sana nahabol ninyo siya."

"Anong suot niya?" tanong naman ni Eunice.

Nag-isip si Ethan, "Ummm... blue polo... black denim pants, o baka dark blue... at may dala siyang backpack."

Inilalarawan niya ang taong nasa harapan niya nang dumating siya sa ospital. Napansin niya ang lalaki dahil pareho sila ng suot na polo, at mahaba rin ang buhok nito. Hindi niya maiwasang ikumpara ito sa sarili niya noong mahaba pa ang buhok niya.

"Sheesh! Parang siya yung lalaking nakita ko kanina," bulalas ni Gina. "Nakatingin ako sa bintana noon — naalala mo, Eunice? Nag-uunat ako ng likod at nakita ko siya. Napansin ko siya dahil nasa harap ni Tammy — at oo, may dala siyang backpack. Awww, so near and so far!!!"

"Okay, napaniwala ko sila!" naisip ni Ethan. *"Dagdag kredibilidad sa sinabi ko."*

Muling nagsalita si Gina.

"Eunice, may naisip akong ideya," lahad niya, "at iyon ang paraan para mahuli natin itong si Ethan."

"Gina, hindi ba tayo sumosobra dito?" tanong ni Eunice nang may pag-aalinlangan.

"Siya ang nagsimula nito, hindi tayo."

"Sa tingin ko pa rin, mali ito."

Hindi pinansin ni Gina ang pagtutol ni Eunice at ibinahagi ang kanyang plano.

"Kailangan natin ng tulong ni Tam dito," sabi ni Gina.

"A-Ako?" utal na tanong ni Ethan.

"Oo!" kumpirma ni Gina. "Okay, ito ang plano ko. Kung magpapatuloy ang trend tulad ng dati, sure ako na magbibigay ulit itong si Ethan ng kung ano kay Eunice. Kung tama ang kutob ko, si Tam ulit ang gagamitin niya, dahil pamilyar na siya sa kanya."

Hindi sang-ayon dito si Eunice.

"Gina, nakakaloko na ito. Itigil na natin ito..."

Hindi siya pinansin ni Gina at nagpatuloy.

"Tam, kung lalapitan ka muli nung guy, subukan mong patagalin ang pag-alis niya."

"Ha? Paano ko gagawin iyon?"

"Ahiii! Mag-isip ka ng paraan... kwentuhan mo o kung ano. Basta patagalin mo siya hangga't kaya mo."

"Uhm, okay..."

"Ibigay mo sa akin ang phone mo," utos ni Gina.

Agad namang ibinigay ni Ethan ang kanyang cellphone.

"Okay ngayon... ilalagay ko ang telephone number ko sa phone mo at unang-una sa listahan ng mga kontak mo."

Nagtatakang napatingin si Eunice.

"Okay, now we are all set," anunsyo ni Gina.

"Tam, habang kausap mo si Ethan, kunin mo nang palihim ang cell phone mo at tawagan mo ako. Dahil nasa unahan ang numero ko, pipindutin mo lang ang una. Hindi mo na kailangang tingnan pa ito para tawagan ako. Hopefully, hindi niya ito mapapansin—hanggang sa makarating kami. Naiintindihan mo ba ang lahat, Tammy dear?"

Tumango si Ethan nang may pag-aatubili, "Uhm... oo... sa tingin ko nakuha ko na!"

Tinapik-tapik ni Gina ang kanyang balikat.

"Good boy!"

22
Sino ang Huhuli Kanino?

Agad na pinagalitan ni Eunice ang kaibigan nang umalis si Ethan.

"Gina, nakakaloko na ito at mas nakakaloko pa na idinamay mo si Tam. Kahit volunteer siya, hindi natin dapat siya samantalahin. Hindi naman parte ng trabaho niya iyon."

"Hihihihi! Alam ko! Pasensya ka na, sister... may dalawang sekretong motibo ako sa plano ko."

"Ha? Sekretong motibo—ano ang pinagsasabi mo?"

"Haayy, Eunice... ang seryoso mo talaga... ang naive mo!

"Bakit mo nasabi iyon?"

"Hindi ka ba nagtataka... na palagi si Tammy boy ang pinipili ng misteryosong lalaki para ibigay ang mga regalo para sa iyo?"

"Baka nagkataon lang."

"Baka—o baka hindi!"

"Ano ang ibig mong sabihin?"

"Kung aalisin natin ang coincidence sa equation, dalawa ang posibleng dahilan nito. Una, kilala mismo ni Tam ang misteryosong lalaking ito na si Ethan. Pangalawa, baka si Tam mismo ang nagbibigay ng mga bagay na ito!"

"Si Tam? Gina, hindi ba sobra na ang iniisip mo? Alam niyang may boyfriend ako—bakit niya gagawin iyon? Ano ang dahilan mo para isipin iyon?"

"Well, may kutob ako at gusto kong maging 100% sigurado. Baka naiimagine ko lang... pero kung magkatotoo ang lahat... malalaman ko ang sagot."

"Nakakaloko ka rin, Gina. Anyway, bumalik tayo kay Tam. Bago lang siya dito at alam niyang may boyfriend ako..."

"Eksakto! Baka iyon ang dahilan ng lahat ng pandaraya at panlilinlang na ito. Hoy, baka si Tam mismo si Ethan!"

"Gina, sobra na ang imagination mo."

“Pero posibleng mangyari...” pilit ni Gina.

“Teka, Gina. Nabasa ko sa Facebook ni Ethan na siya ay isang design artist. Hindi mo ba nakakalimutan na si Tam ay isang physical therapist? Hello, magkaibang mundo iyon!”

Nag-isip sandali si Gina pero pagkatapos ay binalewala ito.

“Hmmp! That’s immaterial. For all we know, baka ang Ethan na ito ay isang monghe o terorista!”

“Hihihi! Bakit mo nasabi iyon?”

“Naalala mo ba ang magulong buhok at mahabang balbas? Bagay sa profile picture niya, hindi ba?”

“(Giggle!) Ikaw at ang imagination mo! Oo nga pala, hindi ba ikaw ang interesado kay Tam? Baka nasosobrahan ka na. Imagine, pinaghihinalaan mo pa si Tam na interesado sa akin? Ano na ang susunod? Ako, magkakagusto kay Tam?”

Hindi sumagot si Gina at sa halip ay binigyan siya ng kakaibang tingin. Naging conscious si Eunice.

“Bakit ganito ang tingin sa akin ni Gina?” naisip niya, feeling guilty.

“A-At... ano ang pangalawang motibo mo?” nasabi niya.

Para bang may switch na nag-click, biglang naging masigla ulit si Gina.

“Hihihihi! Gusto ko ng dahilan para ibigay kay Tam ang number ko! Napakatuso, hindi ba? Ngayon, nasa contact list na niya ako. *(Giggle!)* Hindi lang iyon—nasa unahan pa ako!”

* * * * * * * * * * *

Si Ethan mismo ay ninenerbiyos.

“Haaiisst! Malaking problema ito!” daing niya. “Okay na sana ang lahat – bakit kailangan pang magkaroon ng ideya si Doctor Robles! Grrrrrrr! Nasira niya ang lahat!”

Hindi niya alam ang susunod niyang gagawin.

“Pwede akong tumigil sa pagbibigay ng pagkain at gamit kay Eunice... para hindi ako mahuli. Pero siguradong magiging suspect ako. Gayunpaman, kung magpapatuloy ako sa pagbibigay ng mga bagay nang hindi nila nalalaman, magiging suspect pa rin ako. Parehong masama ang kahihinatnan... kung gagawin ko o hindi!"

* * * * * * * * * *

Ang mga sumunod na araw ay parang laro ng pusa at daga para kay Ethan. Alam niyang binabantayan siya ng husto nina Eunice at lalo na ni Gina. Alam din niyang pinaghihinalaan nila siya at naging conscious siya sa kanyang mga galaw. Tuwing siya ay ipinadadala sa labas, lalo na kapag kailangan niyang lumabas, halos nararamdaman niya ang mga mata nilang nakatingin sa kanya. Wala siyang magawa kundi umasang lilipas din ang nakakalokong sitwasyon niya.

* * * * * * * * * *

Habang naglalakad si Ethan, iniisip niya ng husto ang kanyang problema. Napakalalim ng kanyang iniisip kaya hindi niya napansin ang isang lalaki na sumusunod sa kanya. Nang malapit na ito sa kanya, pasekreto siyang tinawag nito.

"Uhumm, excuse me sir!"

Nagulat si Ethan nang lumingon siya.

"B-Bakit?"

"Sir, pwede mo bang ibigay ito kay Doctor Gorospe?" sabi ng lalaki habang iniabot kay Ethan ang isang package.

"Uhm... o-okay! Pero, kanino ko sasabihing galing ito?" tanong ni Ethan.

"Sabihin mo na lang... na galing ito kay... Ethan."

* * * * * * * * * *

Mula sa bintana, malinaw na nakita ni Gina ang lalaki na lumapit kay Ethan at iniabot sa kanya ang package.

"HULI KA!" sigaw niya kay Eunice. "Ayun yung guy! Sigurado ako."

Plano ni Gina ang lahat ng ito. Kunwari ay pinalalabas nila si Ethan para bumili ng medical supplies, pero drama lang nila ito. Gusto lang nilang bigyan ng pagkakataon na mabantayan ang pagbabalik ni Ethan. Mahigit isang linggo na ang nakakalipas simula nang huli nilang nakita ang mystery guy at kung tama ang kutob nila, malapit nang sumulpot mulit ito. At tama sila!

Nagmadaling tumingin si Eunice sa bintana. Alam niya ang planong ito ni Gina at ahit ayaw niya, wala siyang magawa para pigilan ito.

"Tingnan mo, tingnan mo!" itinuro ni Gina. "Mahaba ang buhok at may balbas—si Ethan iyan!"

Tumingin sila sa isa't isa at bumulalas ni Gina,

"Ano pa ang hinihintay natin?"

Nagmadali silang tumakbo papunta sa pinto.

* * * * * * * * * *

Nang makita nila si Ethan, dahan-dahan silang naglakad. Kahit hindi pa nila tinatanggal ang posibilidad na si Tam ang misteryosong lalaki, naniniwala sila na hindi malayo na siya ay kasabwat ng sinumang nagbibigay ng mga regalo. Kung tama ang kanilang hinala, ayaw nilang bigyan ng babala ni Tam ang lalaki.

Sinubukan nilang mag-blend-in sa mga tao at magtago sa likod ng mga nauuna sa kanila. Mabilis na sumilip si Eunice, si Tam at ang lalaki ay seryosong nag-uusap at hindi sila napapansin. Konti na lang at makakalapit na sila.

"Kaunti na lang... kaunti na lang," bulong niya. Tumingin siya kay Gina. Naghahanda na itong sugurin sa mystery guy. Pati siya ay humanda nan rin.

Halos abot-kamay na nila ang lalaki...ng biglang tumunog ang cell phone ni Gina!

* * * * * * * * * *

Tulad ng script na naiplano ni Gina, dahan-dahang kinuha ni Ethan ang kanyang cellphone nang tawagin siya nung lalaki at tinawagan si Gina. Dahil pamilyar siya sa ringtone nito, nagulat siya nang may marinig siyang ringtone na malapit sa kanya. Agad na lumingon siya at laking gulat ng makita sina Gina at Eunice na halos kalapit na nila.

"JEEZZZ!" hinagpis niya. *"Buking na kami. Hindi ko na kayang warningan si Ethan."*

Buti na lang, napansin nung guy ang kanyang reaction at napatingin sa mga kasalubong nila. Nakita niya ang dalawang babaeng doktor na pasimpleng lumalapit sa kanila.

Mabilis siyang kumilos. Agad itong tumalikod tumakbo palayo bago pa nakalapit ng husto sina Eunice at Gina. Parehong nagulat ang dalawa at napatigil. Hindi na silang nagtangkang humabol sa takot na maka-attract sila ng hindi kanais-nais na attention.

Kahit nagulat din si Ethan, mabilis siyang tumakbo at nagkunwaring humabol. Pero pagkatapos niyang lumiko sa kanto, ay tumigil na siya. Nagpatagal siya ng ilang minuto bago muling bumalik. Pinigil niya ang kanyang hininga bago makarating kina Eunice at Gina. Nawalan ng kulay ang kanyang mukha at nagmukhang hingal na hingal siya.

"Heee-hooo! Uhmmm, ahhh! S-Sorry, Doctor Robles, Doctor Gorospe... nawala siya. Ang bilis niyang tumakbo, hindi ko siya nahabol."

Nakita ni Eunice ang mukha ni Ethan na walang kulay at hingal na hingal, naawa siya.

"Okay ka lang ba?" nag-aalala niyang tanong. Nang hindi hinintay ang sagot, lumapit siya sa kanya at tinitigan siya nang maigi.

Inilagay niya ang kanyang kamay sa leeg at noo ni Ethan, tinitignan ang temperatura niya.

"Okay lang talaga ako... Doctor Gorospe," pantiyak ni Ethan, "medyo nahingal lang sa pagtakbo, siguro."

Hindi nagbago ang ekspresyon ng pag-aalala ni Eunice. Mukha siyang lubos na nag-aalala.

"Pasensya na, Tam...na nadamay ka sa ganito," sabi niya. "Hindi dapat namin ginawa iyon sa iyo."

Naramdaman ni Ethan ang pagsisisi. Kitang-kita niya kung gaano ka-distracted si Eunice dahil sa nangyari.

"Hindi...hindi talaga namin dapat isinama ka...sa kalokohan namin. Nakakahiya lang isipin. Pasensya na ulit, Tam."

"Wala talaga iyon, Eunice," sagot ni Ethan, aksidenteng natawag niya sa pangalan dahil sa pag-aalala niya. "Gagawin ko ang lahat para sa iyo..."

Nakita niya na parang natulala si Eunice at sabay na napansin ang pagtingin ni Gina sa kanya. Agad niyang naisip ang kanyang pagkakamali.

"Uhm... ibig kong sabihin... kahit ano... kayo at si Gina, ibig kong sabihin...si Doctor Robles at ikaw, Doctor Gorospe, kung kailangan...," agad niyang itinama ang sarili, "ako ay laging nandito para... para sa inyong dalawa."

Mabilis din namang nakabawi si Eunice.

"T-Tenkyu. Napakabait mo, Tam," komento niya at nagdagdag, "Kami ni Doctor Robles ay lubos na nagpapasalamat."

Sandaling katahimikan ang namagitan sa tatlo.

"Oh! Dapat na tayong bumalik sa loob," biglang sabi ni Gina. "Sa tingin ko ay hinahanap na tayo doon. Tara na, guys!"

* * * * * * * * * *

Lubos na naniniwala si Ethan na si Gina ang nagplano ng lahat para hulihin siya. Matagal na siyang nag-aalala at inihanda ang sarili.

Nang mga naunang araw, kinausap niya ang kanyang kaibigan si Dennis na magpanggap bilang Ethan.

"Ano?" sigaw ni Dennis nang marinig ang kanyang kahilingan. "Magpapanggap ako... bilang ikaw? Pare, ano ba ang nangyayari sa'yo?"

Maingat na ipinaliwanag ni Ethan ang sitwasyon.

Pero hindi kumbinsido dito si Dennis.

"Pare, hindi ko alam kung magtatagumpay ito. Alam kong ikaw ay, uhm, gwapo," nagsimula siya sa seryosong tono, pagkatapos ay nagbiro, "pero, hoy — mas gwapo talaga ako kaysa sa'yo! Hahahahaha!"

"Tigil na sa biro, pwede ba!" pagalit na sabi ni Ethan, "Malalim na ang problema ko dito."

"Sige, sige, don't worry, my friend! Sige, tutulungan kita — ano ba ang plano mo?"

****

Nang pinapunta siya ni Gina para kumuha ng mga supplies, nagduda na si Ethan. Bagaman kailangan ang mga supplies, kumpleto pa ang kanilang stock para sa linggong iyon.

"Hmmm, parang may nararamdaman ako dito!"

Tamang-tama naman dahil nagsasawa na si Dennis sa kakapunta sa ospital ng mga nakaraang araw.

"Tuwing umaga, maghintay ka sa cafeteria na malapit sa ospital at hintayin ang tawag ko," ito ang bilin niya. "Hindi mo na kailangang sagutin ito. Ito lang yung go signal ko na eentra ka na."

"Haiist! Kailangan ko bang isuot ito? Insulto ito sa itsura ko!" reklamo ni Dennis nang ibigay sa kanya ang peluka at pekeng balbas.

"Haaiis, kailangang-kailangan," sagot ni Ethan. "Mahalaga ito sa plano ko. Kailangan mong isuot ang mga props para makumbinsi sina Eunice at ang kaibigan niya na ikaw talaga ako. Iyon ang tingin nila sa itsura ko base sa aking Facebook account."

"Bummer!"

Nagpatuloy si Ethan.

"Tandaan mo — hindi kita kilala... at hindi mo ako kilala! Parehong estranghero tayo, ikaw at ako."

"Okay, nakuha ko na!"

"Isa pa," dagdag ni Ethan, "subukang lapitan mo ako kapag hindi ko inaasahan."

"Duh... para saan?"

"Para talagang magulat ako! Kung may nakakakita sa atin, mas maniniwala sila. Kahit na magkita tayo ng aksidente... magkunwari ka pa ring hindi tayo magkakilala."

"Sheesh! Ang drama mo talaga!" reklamo ni Dennis. "Tandaan mo Ethan... malaki ang utang mo sa akin dahil dito. At huwag mong isipin na hindi ko ito sisingilin."

"Huwag kang mag-alala Dennis, handa akong bayaran ka nang higit pa," pantitiyak ni Ethan. "Uhm, naalala ko... kamusta na ba ang yung girl na minsan ay na-mention mo sa akin? Denise ang pangalan niya, di ba — kapangalan mo?"

23
Ang Palpak na Plano

Sobra-sobra ang kahihiyang nadarama ni Eunice dahil sa kanilang ginawang gulo.

"Hindi ko sana dapat hinayaang madala ako sa mga kalokohan ni Gina. Naku, nakakahiya talaga. Para kaming mga batang babae na naghahabol sa crush namin! Jeez! Mga propesyonal na kami!"

Naalala niya si Tam.

"Buti na lang... naiintindihan ni Tam. Pero hindi pa rin dapat namin siya isinali. Kasalanan ko na hinayaan kong nagpadala ako kay Gina. Ahiiii! Talagang napapaikot ako ng babaeng 'yun. (Sigh!) On the other hand, at least, nawala na ang hinala niya kay Tam. Naku, isipin mo bang pati si Tam ay pinaghihinalaan? Nakakaloko!"

Naalala niya si Ethan at biglang nagulat si Eunice.

"Ahhhhh, talagang nakakahiya ang ginawa naming 'yon! Jeez, ano kaya ang iniisip niya sa akin ngayon?"

Dahil sa nakonsensya, nag-message siya kay Ethan.

was it you?

Hindi nagtagal ay sumagod ito.

yes

Pasensya na. Gusto ko lang magpasalamat.

okay

Malapit nang mag-log off si Eunice pero nagbago ang isip.

"Sa tingin ko, ito na ang pinakamagandang timing para tanungin siya tungkol sa... kanyang intensyon," sabi niya sa sarili. Nag-isip siya sandali bago mag-message.

why did you run?

Agad na sumagot si Ethan.

you

...

????

...

complication

...

????

...

will you cross the line?

Ang huling sagot ay nagpaliwanag ng lahat kay Eunice. At malinaw ang mensahe sa kanya. Mahalaga siya kay Ethan at ayaw nitong magdulot ng komplikasyon. Matagal siyang nag-isip bago sumagot.

no

Nag-log off si Eunice nang hindi hinihintay ang sagot.

* * * * * * * * * * *

"Uhurm, make way, make way," naririnig ang malakas na boses ni Albert mula sa labas.

Kasama niya ang isang tao at nilalagpasan ang mga taong nakapila sa labas ng CoRD. Walang sinumang nagtangkang humarang sa kanyang daan.

Maraming empleyado doon na kilala si Albert sa pagiging arogante at nag-iingat sa kanya. Ginagamit niya ang kanyang posisyon bilang doktor at kilala siya sa pagiging bully at pagtulak sa mga tao sa paligid niya. Natutuwa siya sa pag-aabuso sa mga taong itinuturing niyang mas mababa sa kanya sa loob ng ospital.

Iyon ang dahilan kung bakit umiiwas ang mga tao at lumalayo sa kanyang daan.

Papasok na sana si Albert sa admitting section nang pigilan siya ni Ethan.

"Excuse me, sir," tawag niya kay Albert, habang itinuturo ang taong kasama niya, "kasama mo ba siya?"

Nagulat at hindi makapaniwalang tumingin si Albert. Hindi siya sanay na haharangin at pipigilan.

Biglang natahimik ang silid. Bawat pares ng mata sa loob ng silid ay nakatingin sa kanila. Nararamdaman nila ang tensyon sa pagitan nila.

"Ano — oo... kasama ko siya!" mayabang na sagot ni Albert. Sinubukan niyang pwersahang pumasok pero nanatiling nakaharang si Ethan.

"Pasensya na, sir," malakas na sagot ni Ethan, "walang sinuman, maliban sa mga tauhan ng ospital, ang pinapayagang lumagpas dito."

Halos lumuwa ang mga mata ni Albert.

"Ano! Ano ba... mashdske... ikaw !@#$#@!!" bulalas niya, "Hindi mo ba ako kilala?"

Tiningnan siya ni Ethan nang may bahagyang interes.

"HINDI," kaniyang sagot. "Ummm, sa palagay ko ay doktor ka rito base sa iyong damit. Pero, sa totoo lang... hindi ka mukhang doktor."

Hindi makapaniwala ang lahat sa kanilang narinig. Hindi sila sanay na may humaharap nang ganito sa mayabang na doktor.

Galit na galit si Albert. Namumutok ang mga ugat sa kanyang leeg dahil sa galit. Sinubukan niyang magpumilit. Muli, hinadlangan siya ni Ethan.

Nataranta si Albert. Hindi siya sanay na may humahamon sa kanyang awtoridad. Iginagalang ang mga doktor sa ospital at sinasamantala niya ito.

Tiningnan niya si Ethan at lihim na sinukat. Nahimasmasan si Albert nang makita na mas matangkad nang kaunti si Ethan kaysa sa kanya. Kahit nakasuot ng PPE, halatang mas malaki ang pangangatawan nito kaysa sa kanya.

Kung mauuwi ito sa away, alam ni Albert na siguradong siya ang talo. Sinubukan niyang gumamit ng pananakot.

"Binabalaan kita," banta niya, "Ako si Doktor Albert Concepcion — at kasama ko ang isang pasyente!"

"Hah, kasama mo ang isang pasyente?" mas magalang na sagot ni Ethan. "Bakit hindi mo agad sinabi!"

Lihim na nagalak si Albert.

"Hah! Siguro nanginginig na ang bayag ng tangang ito ngayon," sabi niya sa sarili, *"nang mapagtanto niya ang kanyang pagkakamali! Hmmp! Hangal ka, I own you now!"*

Inaasahan niyang aatras si Ethan at magsisimulang magmakaawa sa kanyang paanan. Nagulat siya nang ibigay sa kanya ang isang form na dapat punan.

"Pakifill out ang form na ito at pumila...," narinig niyang sabi ni Ethan, "...SA LIKOD."

Umugong ang mga tawanan sa paligid.

Galit na galit si Albert. Hindi pa niya naramdaman ang ganitong kahihiyan — lalo na mula sa isang mababang tauhan ng ospital!

"Ikaw !@#$#@ gago!! Sino ka para kausapin ako nang ganito?! Siguro mga ladrilyo ang ipinangpalit ng mga magulang mo sa utak mo!"

Nagdilim ang tingin ni Ethan. Punong-puno ang galit na tiningnan niya si Albert, na hindi maiwasang mapaatras. Isinara ni Ethan ang kanyang kamao at lumakad palapit kay Albert.

* * * * * * * * * * *

"Eunice, Eunice!" sigaw ni Gina habang tumatakbo nagtatatakbo palapit sa kanya.

"Gina, ano ang nangyayari? Bakit ka mukhang kang takot na takot?"

"Susmaryosep, Eunice!" bulalas ni Gina habang hinihila ang kamay ni Eunice. "Kailangan nating pigilan ang ating mga boylets na mag-away!!!"

"Huh — anong boylets?!"

"Ipapaliwanag ko na lang mamaya, pero kailangan nating magmadali ngayon!" pag-aapura ni Gina habang nauunang tumakbo. "Bilisan mo, bilisan mo!"

Nakita ni Gina ang pagtatalo nina Ethan at Albert. Balak sana niyang pumagitna upang awatin ang dalawa, pero lumala na agad ang sitwasyon bago pa siya nakalapit. Napilitan siyang tumakbo kay Eunice upang humingi ng tulong.

Bagaman naguguluhan, mabilis na sumunod si Eunice. Sinusubukang ipaliwanag ni Gina ang sitwasyon habang patuloy silang tumatakbo.

Nanlaki ang mata ni Eunice nang makitang magkaharap na sina Albert at Tam. Kita niya ang galit sa mga mata ni Tam—halatang nais nitong sugurin si Albert.

Walang pag-aalinlangan tumakbo si Eunice. Nakita niyang nakasara na ang kamao ni Tam at handa nang suntukin si Albert. Hindi alintana ang sariling kaligtasan, pumagitna siya at niyakap si Tam.

"Hindi, Tam, huwag!" sigaw niya habang mahigpit na nakakapit sa binata. "Huwag, pakiusap—PAKIUSAP!!!"

Ang emosyonal na pagsusumamo ni Eunice ang nagbalik sa ulirat ni Ethan. Unti-unting nawala ang galit sa kanyang mukha, at nag-relax sa kanyang pagkakatayo.

Pero sinamantala ni Albert ang pagkakataon at mabilis na sumugod, sabay sinuntok si Ethan.

!!!PAKKK!!!

Napaatras si Ethan, nalaglag ang face mask niya, at dumaloy ang dugo mula sa kanyang bibig. Nanlaki ang mata ni Eunice habang tinititigan si Albert, hindi makapaniwala sa kanyang ginawa.

Pwede sanang umiwas ni Ethan, pero sa takot na masaktan si Eunice, sa halip na iwasan ang suntok, mas inuna niyang iniharang ang kanyang mga braso sa ulo nito. Kahit naiiwas niya ng bahagya ang kanyang ulo naramdaman pa rin niya ang matinding sakit at ang nagkislapan ng kanyang paningin. Gayunpaman, hindi niya binitiwan si Eunice, sinigurong ligtas ito sa anumang panganib.

Galit na galit si Albert nang makita niyang hindi lubusang nasaktan si Ethan. Muli niyang itinaas ang kamao upang sumugod ulit.

"Hayop! Hindi talaga titigil ang gagong 'to," naisip ni Ethan, *"kahit na malagay pa si Eunice sa pahamak!"*

Sa muling pagsugod ni Albert, mas hinigpitan ni Ethan ang yakap kay Eunice, umiikot paiwas sa suntok ni Albert, saka niya sinipa ito ng malakas sa sikmura.

!!!THUGGG!!!

"Ummpphh!" daing ni Albert, halos mawalan ng hininga habang bumagsak sa sahig.

Nang dahil sa sakit na nararamdaman, tuluyang nagdilim ang paningin ni Ethan. Binitiwan niya si Eunice, handang muling sumugod upang durugin si Albert.

Pero mabilis na pinigilan siya ni Eunice.

"Pakiusap, Tam... tama na, tama na," pagsusumamo niya, puno ng pagdadalamhati ang boses.

Sa pagkarinig ng boses ni Eunice, biglang nawala ang galit ni Ethan. Mabilis niyang pinagsisihan ang nagawa.

"O-okay lang ako, Doktora Gorospe," bulong niya, "Maaari mo na akong bitawan... Pasensya na... Pasensya na talaga..."

Dahan-dahang tumingala si Eunice upang tiyakin kung talagang kalmado na ito. Nang makita niyang totoong humupa na ang galit ni Ethan, unti-unti niyang niluwagan ang yakap pero nanatili ang kanyang mga kamay sa kanya.

"T-Talaga bang okay ka na?" tanong niya, halos pabulong.

Tumango si Ethan bilang tugon. Saka lang tuluyang binitiwan siya ni Eunice.

24
Panalo, Talo o Tabla?

Hindi hangal si Albert. Alam niyang wala siyang laban kay Ethan, lalo na sa patas na away. Kaya laking pasasalamat niya nang pigilan siya ni Eunice. Nakita niya ang nag-aapoy na galit sa mga mata ni Ethan, at sigurado siyang bugbog sarado siya kung hindi siya napigilan.

Labis ang kanyang pasasalamat nang dumating ang mga guwardiya. Nang matiyak niyang kontrolado na ang sitwasyon, saka pa lang siya tumayo kahit ramdam pa rin ang sakit. Walang ni isa sa paligid ang tumulong sa kanya.

Upang mapanatili ang kanyang dignidad, umasta ulit siyang matapang at arogante.

Bigla niyang hinila si Eunice palayo kay Ethan.

"I'm going to destroy you," banta niya kay Ethan. "You —" pero napahinto nang makita niyang naandoon pa rin ang matinding galit sa mga mata ni Ethan.

"...trouble maker" pagtatapos niya nang mahina. Pagkatapos ay lumingon siya sa mga guwardiya.

"Hulihin niyo siya!" utos niya.

Nagkatinginan ang dalawang guwardiya, tila naguguluhan.

"A-Ano po?" tanong ng isa, alam na si Ethan ay staff ng CoRD.

"SIYA! Sino pa ba?!" sigaw ni Albert.

"S-Sir... bakit po?"

"Ha?! Sinaktan niya ako!"

Nag-alinlangan ang mga guwardiya. Si Ethan ang duguan, habang si Albert ay walang kahit anong pasa.

"Sinaktan ka?" sabay nilang tanong.

Naiinis, humarap si Albert kay Eunice.

"Eunice, sabihin mo nga sa dalawang ito kung ano ang nangyari!"

pero laking gulat niya sa sagot ni Eunice.

“Mga guwardiya... isa lang itong hindi pagkakaunawaan,” kalmado niyang sinabi. “Walang ganung nangyari.”

Halos hindi makapaniwala si Albert sa narinig.

“A-Anong... ANONG SINASABI MO, EUNICE?!” sigaw niya. “Ano bang ibig mong sabihin?! SINAKTAN NIYA AKO!”

Tinitigan siya ni Eunice nang may pagkadismaya.

“Gusto mo ba talagang ipilit yan?” tanong niya.

Nanginginig sa galit, hindi makasagot si Albert. Alam niyang wala siyang laban kung itutuloy ito.

Pinagpapawisan siya habang palihim na tumitingin sa mga tao sa paligid. Alam niyang walang maniniwala sa kanya.

Sa huli, bumuntong-hininga siya at humarap sa mga guwardiya.

“Uhmm... uhm... nagkamali lang ako. Wala namang nangyari. H-Hindi niya ako sinaktan. Nag-usap lang kami... uhm... ’yun lang.”

“Ibig sabihin, maayos na ang lahat?” tanong ng isa.

Labis ang inis ni Albert pero wala siyang magawa.

“OO! Wala nang problema! Bumalik na kayo sa puwesto ninyo! SHEESHH!!!”

Tinalikuran niya si Ethan at naglakad papalayo, galit na galit sa tinamong kahihiyan.

* * * * * * * * * * *

Halatang bumaba ang tensyon matapos umalis si Albert. Maririnig ang mga usapan sa paligid.

“Dapat lang na maturuan ng leksyon ang hambog na doktor na iyon!”

“Hahaha! Sa wakas, may nakapantay na siya!”

“Sa wakas, may tumayo rin sa mapagmalaking doktor na iyon.”

“Natutuwa ako na ipinagtanggol siya ni Doktor Gorospe. Tama lang ang ginawa niya.”

“Dapat ‘yan ang magpahinto sa kanya sa pagiging pala-asta dito.”

Nanatiling tahimik si Ethan sa buong pagkakataon. Punung-puno siya ng guilt at lubos na nahihiya. Ayaw niyang masaksihan ni Eunice ang lahat, lalo na't mailagay siya sa peligro.

"(Sigh!) Dapat sana'y hindi ako nagpadala sa galit," pagsisisi niya, *"Hindi ko dapat hinarangan ang daan niya. Ano ba ang iniisip ko? Jeez, napakatanga ko talaga..."*

Gayunpaman, lubos siyang nagulat nang tumakbo si Eunice sa pagitan nila at siya'y niyakap.

Sa kabila ng kanyang kasiyahan, nagpaalala siya sa sarili.

"Siyempre... niyakap niya ako para protektahan ang kanyang boyfriend — 'yun ang tunay na dahilan."

Alam din niya na sapat ang kanyang ginawa upang matanggal siya sa trabaho o mapasok sa bilangguan. Subalit, mas nabahala siya sa posibleng hindi na niya makikita si Eunice.

"Talagang nagpapasalamat ako na sinuportahan niya ako, kung hindi baka sa kalaboso ang bagsak ko. Siguradong nabugbog ko ng husto ang hambog na 'yon."

Naputol ang kanyang pag-iisip nang marinig niyang nagsalita si Eunice.

"Okay ka lang ba?" tanong nito.

Tumango siya pero hindi agad umimik.

"D-Doktor Gorospe..." nagsimula siya nang paumanhin, "S-Sobrang pasensya na sa nangyari. Pasensya na... Hindi ko inasahan na aabot sa ganito... p-pasensya na... talagang pasensya na..."

Tiningnan siya nito nang may pag-unawa.

"Uhm... okay lang, Tam," pagpapatawad niya. "Bahagi rin ng kasalanan 'yan ni Albert. Alam kong ayaw mo rin mangyari 'yon. Magsaya na lang tayo... na wala namang masamang nangyari... at na-prevent na ang anumang mas malalang pangyayari."

Nagkrus ang kanilang mga mata at hindi maipaliwanag na nanatili nakatutok ito sa isa't isa. Parehong hindi makawala sa mahiwagang katahimikan sa pagitan nila.

25
Enemy Ba o Friend

Parang nagising sa isang panaginip sina Eunice at Ethan ng marinig ang ingay ng paparating na ambulansya. Si Eunice ang unang nakapagsalita.

"Uhm... Minsan talaga ganoon si Albert...pero sigurado ako... hindi naman talaga siya ganoon."

Gusto siyang kontrahin ni Ethan pero pinigilan na lang ang sarili. Ipinikit na lang niya ang mga mata at tumango.

Nagulat siya nang maramdaman ang kamay ni Eunice malapit sa kanyang bibig.

"Nagdurugo ka," bulong ni Eunice.

"Uhm... okay lang, gasgas lang 'yan," tugon ni Ethan at akmang iiwas.

pero hindi siya nakaiwas.

"Kailangang gamutin 'yan."

"Hindi na kailangan Doktor Gorospe... okay lang ako."

"Ako ang doktor dito at sinasabi ko, kailangang gamutin ang sugat mo."

Muling nagprotesta sana si Ethan, pero naging matigas si Eunice.

"Walang pero, Tam. Alam mo naman kung gaano kadelikado ang trabaho natin... at ang sugat mo ay bukas na imbitasyon sa coronavirus."

Wala nang magawa si Ethan kundi tumango.

"Maglinis ka at mag-disinfect. Magpalit ng bagong PPE suit tapos pumunta ka agad sa outpatient department para magpagamot. Tatawag ako mula rito para ipaalam sa kanila ang pagpunta mo. Naiintindihan mo?"

"O-Opo, Doktor..."

****

Hindi pa gaanong nakakalayo si Ethan nang mag-vibrate ang telepono ni Eunice. Si Albert ito, tulad ng inaasahan niya. Nagpaalam siya at pumasok sa kanyang silid bago sinagot ito.

"Haaiisst, Eunice! Ano ka ba — tanga o ano? Bakit hindi mo sinunod ang lead ko?"

May bahid ng galit ang boses ni Eunice nang sumagot.

"Oh, salamat sa pag-aalala mo. Uhm... naisip mo ba kung nasaktan ako nang bigla ka na lang nanuntok... o nag-alala ka ba kahit kaunti sa kaligtasan ko?"

Parang binuhusan ng malamig na tubig si Albert sa pagkahiya at sinubukang magkunwaring nag-aalala.

"Uhm, pasensya na, sweety pie. Naiinis lang ako sa nangyari. S-Siyempre... nag-aalala ako sa'yo. 'Y-Yun... 'yun ang tunay na dahilan kung bakit ako tumawag."

Dismayadong ipinikit na lang ni Eunice ang mga mata. Kahit sa boses ay halatang hindi seryoso si Albert.

"(Sigh!) Okay... tinatanggap ko na ang sorry mo. Ano ba talaga ang gusto mong pag-usapan, Albert?"

Dimiretso agad sa punto si Albert.

"Bakit hindi mo ako sinuportahan? Sheeesh! Eunice, dapat tinanggal mo na 'yang walang kwentang taong 'yan! *(Grumble!)* Kailangan mo lang sanang suportahan ang akusasyon ko at ayos na sana ang lahat. Pero hindi mo ginawa — BAKIT EUNICE, Bakit? Malinaw naman na ako ang sinugod niya, di ba?"

"(Sigh!) If I'm not mistaken... ikaw ang unang nanuntok — kahit na nasa panganib akong matamaan! Wala ka man lang pakialam kung natamaan o nasaktan ako?"

"Ah... uh... siyempre nag-alala ako. Uhm... talagang pasensya na, sweety. Naisip ko lang... na nasa init lang ako ng sitwasyon. N-Naiintindihan mo 'yan, 'di ba?"

"Napigilan ko na nga ang tao ko pero imbes na tumigil ka — sinamantala mo pa ang pagkakataon para siya'y suntukin."

"Hey, sinipa niya ako!"

"Oo nga — dahil sinusubukan mong siya'y suntukin ulit. How low can you stoop down, Albert?"

Nataranta si Albert. Hindi niya inaasahan na kokontrahin siya. Sinubukan niyang baguhin ang tema ng usapan.

"Kung ganon... bakit mo siya niyakap? Halos lahat ng tao doon alam na tayo'y magkasintahan...pero siya ang niyakap mo..."

Karaniwan, kapag binanggit niya ang ganito, tikom na agad ang bibig ni Eunice sa usapan. Pero hindi ngayon. Nagulat si Albert nang sumagot siya.

"Albert... huwag kang magalit na niyakap ko siya — kung 'yun ang gusto mong ipamukha sa akin. Jeez! Halos lahat ng tao doon alam na ginawa ko 'yon para siya'y pigilan at mailigtas ka sa siguradong pagkabugbog. Maging masaya ka na lang na hindi nila nakita na nanginginig ka sa takot, na halos namumutla na ang mukha mo."

Hindi makapagsalita si Albert. Hindi niya inaasahan na sasagutin siya nang ganon.

Nagpatuloy si Eunice.

"Kung hindi ko ginawa 'yon... siguradong bugbog-sarado ka na ngayon! Kaya ba ng ego mo 'yon?"

Alam ni Albert na tama siya. pero sinubukan pa rin niyang manduro.

"Sheesh, kahit ganon... walang karapatan 'yang bwisit na yan na sumugod sa akin! Isa lang siyang ordinaryong staff — habang ako ay isang DOKTOR dito!"

Nainis si Eunice sa ginawa nitong paghahambing pero pinalampas na lang niya.

"Mmmm, ano ba talaga ang gusto mong gawin ko?"

"Ano pa? TANGGALIN MO SIYA! I-terminate mo na siya ngayon din. He is just a dispensable SOB!"

Alam na ni Eunice na aabot sa ganito ang usapan nila. Kilala niya nang mabuti si Albert. Walang konsensya o moral ito — basta't makuha lang niya ang gusto niya. Ang pagtanggal kay Tam ang nag-iisang solusyon para sa kanya. Pero handa na si Eunice na kontrahin siya.

"Mmmm, okay!" maikli niyang sagot.

Nangisi si Albert.

"Hahahaha! Madali ko lang pala siya makukumbinsi!" tuwang-tuwa sabi niya sa sarili, Akala ko mahihirapan ako. *(Snicker!)* Kayang-kaya ko pa rin siyang paikuting sa mga daliri ko!"

pero sandali lang ang kasiyahan niya nang muling magsalita si Eunice.

"Kailan mo ipapadala ang kapalit niya?" tanong nito.

"Huh — anong kapalit ang sinasabi mo?"

"Honey pie," matamis na tugon ni Eunice pero sarcastic ang tono, "alam mo naman... na kulang na kulang na kami sa tao. Hindi pa kasama diyan... yung kinuha mong mga bagong staff — na dapat ay para sa atin. Naalala mo 'yon, 'di ba?"

Hindi niya hinintay ang sagot ni Albert at nagpatuloy.

"Oh, by the way... kailangan namin ng 3... tandaan mo 'yan — 3 kapalit para sa kanya."

"T-Tatlo? Nakakaloko," halos mabulol na sabi ni Albert, "bakit... bakit mo kailangan ng 3 tao bilang kapalit sa taong 'yon?"

"Sweetheart, alam mo ba kung gaano kahirap mag-train ng bagong tao? Sa paghawak namin ng COVID-19, hindi pwedeng basta-basta lang. Dagdag pa diyan, 'yung taong 'yan na sinasabi mo... 'yang mababang dispensable na tauhan... ay napaka-dependable, halos 3-4 na trabaho ang ginagawa niya sa departamento namin. Kaya... kailangan namin ng 3 tao bilang kapalit niya. Naiintindihan mo ba lahat 'yan... sweety?"

Hindi sinasadyang napaubo si Albert.

"At ko malimutan," dagdag ni Eunice, "napakasipag niya, halos hindi nagpapahinga at tuloy-tuloy ang trabaho. Baka isipin mo exaggerated ako, pero... *(tsk!)* talagang napakagaling niyang magtrabaho. Kung kaya mo... uhm... ipadala agad ang kapalit niya... agad ko siyang tatanggalin. On second thought, mas mabuti yatang 4 na tao na ang ipadala mo bilang kapalit niya. Ano sa tingin mo... darling?"

"Ahhh, kalimutan mo na ang sinabi ko," inis na sagot ni Albert.

Hindi napigilan ni Eunice ang mangiti matapos ang pag-uusap nila.

26
Sa Totoo Lang!

Naghahanda nang lumabas si Eunice nang biglang pumasok si Gina sa silid. May pilyang ngiti ito habang nakatitig sa kanya. Alam ni Eunice agad na nanunukso ito.

"Sige na, sabihin mo na," aniya, "ano na naman yang nakakalokong ngiti mo?"

Sa halip na sumagot, naglakad-lakad lang si Gina sa loob ng kwarto habang nakatitig pa rin sa kanya, ang ngiting iyon ay hindi nawawala sa mukha niya. Napuno na si Eunice sa kanya.

"Tama na 'yan, Gina. Kung ano man 'yang gusto mong sabihin... sabihin mo na ngayon. Wala tayong buong araw para sa kalokohan mo."

Lumingon si Gina sa kanya na may kapilyahan sa mga mata bago sa wakas ay nagsalita.

"Grabe ka, girl! Sobrang bilib ako sa'yo kanina. Ang tagal ko nang hindi nakikita ang ganun! Ngayon lang ulit kita narinig na lumaban kay Mr. Arrogante! Diyos ko, sobrang nagulat ako—pero grabe, todo suporta ako sa'yo, promise! Hihihihi! Gusto ko lang malaman mo 'yun."

"Oh, yung argumento ko kay Albert?" sagot ni Eunice, na tila bale-wala lang sa kanya. "Wala 'yun... ginawa ko lang ang tama... wala namang big deal doon. At saka, sabi mo nga... siya naman ang nagsimula ng lahat..."

"(Kinikilig!) Alam ko, alam ko! Pero ito ha—uhm, ngayon lang kita nakita na sumagot sa kanya. Madalas kasi... parang takot ka sa kanya at hinahayaan mo lang siyang tapak-tapakan ka. Pero hindi ngayon. Bakit kaya?"

May laman ang boses ni Gina at agad itong napansin ni Eunice.

"(Buntong-hininga!) Okay, ano na naman ang pinapahiwatig mo?"

"Hmm... wala naman talaga. Nagulat lang ako na ipinagtanggol mo si Tam—laban mismo sa boyfriend mo. Aba, hindi 'yan pangkaraniwan, ha! Kaya talaga namang napahanga mo ako!"

Napailing si Eunice, alam na niya kung saan papunta ang usapan.

"Hindi porke si Tam 'yon," sagot niya. "Pwede namang ikaw o kahit sino sa staff natin. Kung ganoon din ang sitwasyon, gagawin ko pa rin 'yon."

Saglit siyang tumigil bago muling nagsalita.

"Uhm, Gina, kung nag-aalala ka na baka maging sagabal ako sa 'yo at kay Tam—wag kang mag-alala. *(Chuckle!)* Wala kang dapat ikabahala... safe sa akin ang Tam mo."

May halong panunukso ang huling pangungusap niya. Inaasahan niyang tatawa si Gina, pero hindi.

Sa halip, tinitigan siya nito nang malalim, parang sinusuri ang totoo niyang nararamdaman. Sa unang pagkakataon, nakaramdam si Eunice ng pagkailang. Kaya pilit niyang ibinalik ang atensyon kay Gina.

"Oh, siya nga pala... salamat sa pagtakbo mo rito. Buti na lang at maagap ka, muntik na tayong magkaroon ng gulo."

Nakangiti na ulit si Gina saglit.

"Ha? Naku, girl, akala ko talaga magugunaw na ang mundo, kaya tumakbo na 'ko agad papunta sa'yo."

"Ginawa mo ang tama," puri sa kanya ni Eunice.

"Medyo naguguluhan lang ako," biglang singit ni Gina. "Ewan ko ba kung bakit sa dinami-rami ng pwede kong takbuhan... ikaw pa ang pinili kong puntahan..."

"Ano'ng ibig mong sabihin?"

"Ibig kong sabihin, ano bang magagawa mo? Yung dalawang 'yon, mga dambuhalang siga! Kahit dalawa pa tayong magtulong, hindi natin mapipigilan 'yon kung magkasuntukan sila. Dapat siguro tumakbo na lang ako sa mga guwardya. Pero hindi... sa'yo ako tumakbo..."

"A-Anong pinapahiwatig mo?"

Muling ngumiti si Gina nang may kahulugan.

"Tawagin mo nang kutob... pero ang unang pumasok sa isip ko habang tumatakbo ako ay...

'IKAW LANG ANG MAKAKAPIGIL KAY TAM!'"

* * * * * * * * * * *

Walang kaalam-alam si Eunice na nagkukunwari lang si Gina, pero sa totoo lang, may binabalak pa rin ito. Tuluyang nadala si Eunice sa bitag niya. Hindi niya inasahan ang huling sinabi ni Gina, kaya hindi agad siya nakapag-react. Inabot siya ng ilang segundo bago niya muling nakuha ang kanyang ulirat at sinubukang mag-bluff.

"Gina, hindi ko talaga gets ang pinagsasabi mo. Pwede bang pakilinaw? Aba, psychologist ka na ngayon, ha? Wo-ho-ho! Hindi yata bagay sa'yo 'yan—tigilan mo na. Napapaparanoid ka na sa mga ilusyon mo. Hihihi!"

Sinubukan niyang iligaw ang usapan.

Pero hindi nagpatinag si Gina. Bagkus, lalo lang itong lumakas ang loob.

"Sinabi ko na, di ba? Gusto mo bang sabihin ko pa nang buo? Sige! MAY GUSTO SA'YO SI TAM... at ang kutob ko... gusto mo rin siya!"

Natigilan si Eunice. Hindi niya namalayang matagal na pala siyang inoobserbahan ni Gina—at si Tam din. Nanginig siya sa rebelasyong iyon.

Naguguluhan siya sa nangyayari.

Pero sa ngayon, kailangan niyang kontrahin ang mga paratang ni Gina.

Huminga siya nang malalim at hinarap ang kaibigan.

"Kalokohan 'yan, Gina! Wala 'yang katotohanan. Sobrang advance ng imahinasyon mo. Sorry, pero hindi ko nakikita sa ganoong paraan 'yan. Ridiculous! Si Tam? Ginagawa lang niya ang trabaho niya. Kung pinapansin niya ako... natural lang 'yon dahil ako ang head ng department natin. At aminin mo—binibigyan ka rin niya ng espesyal na atensyon. Bakit? Kasi boss ka rin niya. Kaya, please, huwag mong bigyan ng ibang kahulugan ang kabaitan ng tao. Nakakahiya!"

Tahimik lang si Gina, nakatitig pa rin sa kanya.

"A-At... ako pa talaga ang pinaghihinalaan mo? Hala ka, Gina! Para saan? Hahaha! Mukhang nasobrahan ka na sa obsession mo kay Tam! At ngayon, pati ako iniisip mong may gusto sa kanya? Diyos ko! Masaya ako kay Albert. Wala akong balak gawing kumplikado ang buhay ko."

Sa wakas, sumagot si Gina.

"Pero aminin mo... iba ang pag-aalaga ni Tam sa'yo."

Napapikit sa inis si Eunice at pinutol agad ang usapan.

"Gina, wala ka bang sawa sa kalokohan mong 'yan? Hindi mo pa rin ba gets ang sinabi ko? Susmaryosep, Gina, tama na... nakakairita ka na!"

"Bakit?"

"Kasi ang kulit mo!" sagot ni Eunice.

"At bakit ako makulit?" balik ni Gina.

"Dahil gumagawa ka ng sarili mong kwento... tapos pinaniniwalaan mo na agad! Gina, nagiging delusional ka na. Nakakahiya ka na, lalo na't isa kang doktor!"

Sa matatalas na salitang iyon, napanghina si Gina. Pero pilit pa rin niyang ipinaglaban ang punto niya.

"Pero aminin mo... sa halip na si Albert, si Tam ang niyakap mo, di ba?"

Gusto ni Eunice pasinungalingan iyon, pero alam niyang hindi basta-basta palulusutin ni Gina ang depensa niya.

Kaya sa halip na magpaliwanag, nagdesisyon siyang umatake.

"Kailangan ko lang gawin 'yon! Kung hindi ko siya pinigilan, baka nasaktan niya si Albert."

Napatingin si Gina nang may pag-aalinlangan.

"Bahala ka nga diyan!" bwelta ni Gina na halatang naiinis bago nagmartsa palabas ng silid.

27
Hate Kita Pero Love Din Kita

"Bakit si Tam pa ang pinili kong pigilan?" tahimik na tinanong ni Eunice ang sarili nang naiwang mag-isa. Na-guilty siya sa sinabi ni Gina—isang bagay na matagal na niyang iniiwasan at itinatanggi. pero ngayong tinanong siya ni Gina, nagsimula na rin siyang magkaroon ng pag-aalinlangan.

"Dahil ba sa nag-aalala akong masaktan si Albert?"

"O dahil ba kailangan namin si Tam?

"O...may iba pang dahilan?"

Hindi niya mahanapan ng sagot ang sarili niyang tanong. Nang nagtagal, bumalik na lang siya sa trabaho, pero dala pa rin ang pagkalito at inis.

* * * * * * * * * *

Punong-puno ang OPD nang dumating si Ethan. Palihim na sana siyang aalis nang may tumawag sa kanya.

"Tam! Tam!"

Nakilala niya ang tumawag sa kanya — si Ellen, isa sa mga nurse na madalas niyang nakatrabaho sa OPD.

"Hi, Ellen!"

"Hi, Tam! Ang tagal na simula noong huli kitang nakita. Miss ka na namin dito! Hindi mo pa naman kami nakalimutan, 'di ba?"

"Hahaha! Siyempre hindi! Ang dami ko yatang magagandang memories dito."

"Whooo! Nambobola ka na naman! Bakit hindi ka man lang dumalaw?"

"Pasensya na, sobrang naging abala ako. At saka, bawal kaming gumala dahil sa klase ng trabaho namin."

"Alam ko naman 'yun. Nagpapatawa lang ako. Pero bakit bigla ka yatang aalis?"

"Pinapatingin lang ang sugat ko sa labi. Pero sa dami ng pasyente rito, baka maging abala lang ako."

"Abala? Kalokohan! Palagi kang welcome dito. Isa pa, matagal ka na naming hinihintay. Nasabihan na kami na darating ka."

"Naku! Ginawa nila 'yon? Ang nakakahiya naman! Pasensya na, Ellen, ayaw ko sanang mag-abala pa kayo. Kaso lang, pinilit ako ng Boss ko..."

"Tam, huwag kang mag-alala. Malaki na ang naitulong mo sa amin noon. Ito na ang paraan namin para makabawi sa iyo."

"Salamat, Ellen. Promise, sisikapin kong makadalaw dito paminsan-minsan. Uhm... saan ba ako pupunta? Kailangan ko bang magparehistro o ano?"

Nagningning ang mga mata ni Ellen at bahagyang ngumiti. Napansin ito ni Ethan pero hindi niya masyadong binigyang-pansin.

"Nakikita mo 'yung ika-apat na cubicle sa unahan?" aniya na may saya sa boses. "Dumeretso ka lang doon. May naghihintay na para gamutin ka."

* * * * * * * * * *

Laking gulat ni Ethan nang makita si Eunice na naghihintay sa cubicle.

"Doktora?"

Ngumiti ito nang makita siya. Nakatanggal ang PPE at suot ang kanyang doctor's uniform. Tanging face shield na lang ang suot niya, kaya kitang-kita ni Ethan ang kanyang buong mukha.

Dahil sa ngiti, bumilis ang tibok ng puso ni Ethan—boing-boing-boing! Ngayon lang niya nakita nang malapitan si Eunice nang walang mask. Napakaganda nito, kaya hindi niya napigilang mapatigil ang kanyang hininga. Nanatili siyang nakatayo, tila napako sa kinatatayuan.

"Hoy! Anong nangyayari sa'yo?" pabirong sabi ni Eunice. "Para kang nakakita ng multo. Mukha ba akong multo sa paningin mo? Hihihi!"

"Mas parang anghel na bumaba sa lupa," mahinang bulong ni Ethan.

"Ano? Anong sinabi mo? Hindi ko masyadong narinig."

Mabilis na inalog ni Ethan ang ulo at kumurap-kurap upang matauhan.

"Ah... wa-wala 'yon, Doktora Gorospe," sagot niya nang pautal. "Nagulat lang ako na nandito ka... 'yon lang."

Matagal siyang tinitigan ni Eunice. Nasa mga mata nito ang pag-aalala at sincere na malasakit.

"Ka-Kaunting bagay lang ito..." nagsimula si Eunice nang may pag-aalinlangan. "Ginagawa mo lang ang trabaho mo. Maling-mali si Albert na..."

Naputol ang kanyang boses at iniwas niya ang tingin.

"Ayos lang, Eun..." muntik nang masabi ni Ethan ang pangalan niya pero napigilan niya ang sarili. "Uh... Doktora Gorospe. Hindi mo na dapat gawin 'to. Marami ka pang mas mahahalagang bagay na dapat asikasuhin."

"Ano pa bang mas mahalaga kaysa sa pag-aalaga sa staff ko?" pabirong sagot niya, pero agad naging seryoso ang kanyang mukha. "It happened during my watch. Kailangan kong panagutan 'to. Gusto kong siguraduhin na maayos kang magagamot at maalagaan."

Hindi siya tumingin kay Ethan nang ipagpatuloy niya ang pagsasalita.

"Pasensya na, Tam. Hindi tama ang ginawa ni Albert."

"Pasensya na rin, Doktora. Kasalanan ko rin. Dapat hinayaan ko na lang siya..."

"No, Tam," putol ni Eunice sa mahinahong boses. "Tama lang ang ginawa mo. Itinaya mo ang sarili mo para sa kaligtasan ng iba. Sana lang... napigilan ko kayong dalawa bago pa lumala ang lahat."

Hindi sumagot si Ethan.

Nagpatuloy si Eunice.

"Alam kong mahirap... pero... pero... iwasan mo na lang si Albert o huwag mo na lang siyang pansinin. Gusto mo man o hindi... may nabuong galit na kayo sa isa't isa. Kung sakali... kontrolin mo na lang ang emosyon mo. Ayokong maulit ito sa hinaharap."

Gusto sanang salungatin ni Ethan ang sinabi niya. Pero ayaw na niyang dagdagan ang pag-aalala ni Eunice, kaya tahimik na lang siyang tumango.

"Thank you," sagot ni Eunice, na para bang nabunutan ng tinik.

"Okay, gamutin na natin 'yang sugat mo," aniya na may masayang tono, sabay tapik sa upuan katabi niya bilang hudyat na umupo na si Ethan.

Umupo si Ethan, lihim na nilalanghap ang halimuyak ni Eunice. Ang lapit nito sa kanya ay nakakalasing.

"Tatanggalin ko ang mask mo, okay?" malumanay niyang sinabi. "Huwag kang mag-alala, nag-disinfect na ako bago ka pa dumating."

Tumango si Ethan. Dahan-dahang tinanggal ni Eunice ang mask niya. Kahit naka-gloves ito, naramdaman ni Ethan ang tila kuryenteng dumaloy sa kanyang pisngi nang dumampi ang kamay ni Eunice sa kanya.

"Mahapdi ito ng kaunti," babala ni Eunice habang nililinis ang sugat.

Pero ni hndi naramdaman ni Ethan ang sakit. Mas ninanamnam niya ang sandaling magkalapit sila. Tinititigan niya ang bawat detalye ng mukha ni Eunice—ang malinaw na mga mata, ang perpektong hugis ng ilong, ang mapupulang labi, ang kaaya-ayang hugis na mukha na napaganda pa ng mahaba at malasutlang buhok.

Nagtagpo ang kanilang mga mata.

Biglang nabitiwan ni Eunice ang forceps.

!!!KLING!!!

Doon lang napansin ni Eunice na sobrang lapit nila sa isa't isa. Bigla siyang napaatras at nawalan siya ng balanse sa pagkakaupo.

Bago pa man niya mamalayan, nahulog na siya sa silya.

Agad namang kumilos si Ethan at hinawakan ng mga kamay ang baywang niya. Pero dahil sa bigat ni Eunice nadala din siya nito pabagsak. Para makabawi ng balanse, mabilis niyang niyakap si Eunice palapit sa kanya. Nagbungguan ang kanilang mga ulo. Nagulat sa sobrang dikit ng kanilang mga mukha —at mga labi. Kung wala ang face shield ni Eunice ay siguradong nagkahalikan na sila ng sobrang diin. Pareho nilang naramdaman ang malakas na kabog ng kanilang mga puso—thug-thug-thug! Nanatili sila sa ganoong posisyon nang ilang saglit bago kumawala si Eunice at lumayo.

Nahihiyang tumingin si Eunice sa paligid hanggang sa mapansin niya ang forceps na nahulog sa sahig. Nakita rin ito ni Ethan. Nang lumuhod si Eunice para kunin ito, ginawa rin ni Ethan ang parehong bagay.

Muli silang nagbungguan ng ulo.

“Oops! S-sorry, Doktora!” pabulong na nag-apologize si Ethan habang pinulot ang forceps. Si Eunice naman ay medyo nagulantang pero pinilit niyang hindi ito ipahalata.

Mabilis na tumayo si Eunice. Medyo na-outbalance muli siyakasabay ng pagtayo ni Ethan. Muli silang napalapit sa isa’t isa.

Mabilis na umatras si Eunice. Napagtuunan niya ng pansin ang kanyang mga gamit at sinimulan mag-ayos.

“Uhm... tapos na ako sa paggamot sa sugat mo,” aniya nang mahina at halos hindi marinig. “A-alis na ako.”

Nagmamadali niyang kinuha ang kanyang mga gamit at walang paalam na umalis.

28
Kabig ng Dibdib

Pinilit ni Eunice na kalimutan ang nangyari. Binigyang-katwiran ang naging reaksyon niya sa insidente.

"Wala lang 'yon! Nawalan lang ako ng balanse at kinailangan niya akong saluhin, kung hindi ay siguradong nasaktan ako."

Naalala niya ang sandaling nagkatitigan sila. Muli niyang pinilit nakalimutan ito.

"Naku! Saan pa ba kami dapat tumingin? Magkaharap kami—siyempre magkakatitigan kami!"

Pero paano ang naramdaman niya?

"Ahiii! Wala lang 'yon—wala lang 'yon!!!" naiinis niyang sigaw, hindi na kayang itago ang inis sa sarili.

"Uhm... Doktora Gorospe? Okay lang ba kayo?"

Natauhan si Euniceng marinig ang boses ng isang nurse.

"H-Ha?" gulat niyang sagot habang lumilinga-linga. Nakatayo sa harapan niya ang isa sa kanilang mga nurse. Noon lang niya napansin na malapit na siya sa CoRD. Pasimple siyang luminga-linga upang hanapin si Gina. Kung ito ang nakarining ng mga pinagsasasabi niya, siguradong hindi siya tatantanan nito sa kakabiro. Nakahinga siya ng maluwag.

"Oh, hi! Pasensya na... kausap ko lang ang sarili ko. Tungkol lang 'to sa... uhm... trabaho. Pasensya na, hindi ko namalayang nagsasalita na pala ako nang malakas."

Tumango ang nars bilang tanda ng kanyang pag-unawa.

"Sige, babalik na ako sa duty," sabi ni Eunice habang tinuturo ang direksyon ng CoRD. "See you!"

"P-Pero, Doktora Gorospe," pinigilan siya ng nars, "kaka-sign out niyo lang kanina... hindi ba dapat... pauwi na kayo?"

"H-Ha? Ah, oo nga! Oo nga!" bweltang sagot ni Eunice. "Ayan, 'yun nga ang ibig kong sabihin. Uuwi na... ako... Hihihihi!"

Namumula ang mukha ni Eunice sa hiya. Nakalimutan niyang nag-out na nga pala siya. Mabilis siyang umikot at naglakad papaalis. Hiyang-hiya siyang lumingon ulit at nagba-bye sa nurse.

"Tadahhh! Bye-bye!"

Nakita niyang tulala pa rin ang nurse habang pinapanood siyang lumayo.

"Haaayst! Ano ba ang nangyayari sa akin?" inis na tanong ni Eunice sa sarili.

* * * * * * * * * * *

Samantala, feeling ni Ethan ay nasa cloud nine siya. Mukha siyang tanga na ngingiti ng ngiti at tawa ng tawa mag-isa.

Napabuntong-hininga siya. Paulit-ulit na bumalik sa isip ang sandaling nagkadikit ang kanilang mga mukha. Parang slow motion niyang nire-replay ang mga pangyayari.

"Naku! Kung hindi lang dahil sa face shield niya..." bulong niya sa sarili. Nanginig siya sa pananabik sa tuwing iniisip niya kung ano sana ang nangyari... kung wala lang ang harang na iyon.

Nang lumipas ang kilig, nakaramdam siya ng pangamba.

"Sana hindi siya mailang sa akin dahil sa nangyari. Sigurado namang naisip niyang aksidente lang 'yon—purong aksidente. Hindi ko ito sinadya..."

Muling lumipad ang kanyang isip. Ngayon naman, inalala niya ang mukha nito habang ginagamot ang kanyang sugat. Muli na naman niyang naaalala pagkakalapit ng kanilang mga mukha.

"(Sigh!) Papayag ulit akong masuntok sa bibig... kung kapalit naman nun ay ang muli kaming magkalapit."

Muli niyang sinariwa ang bawat detalye ng mukha ni Eunice — ang kanyang mata, ilong, labi, hugis ng mukha, pati na ang mahaba at malambot nitong buhok. At ngayon, ini-imagine niyang nakangiti ito sa kanya, puno ng init at pagmamahal ang mukha.

Huminga siya nang malalim at muling napabuntong-hininga.

"Sayang... sandali lang 'yon. Sana mas matagal pa..."

Nalungkot dahil alam niyang imposible ang kanyang pinapangarap.

* * * * * * * * * * *

"Diyos ko, Eunice—grabe ang pagod ko," reklamo ni Gina. "Ang daming pasyente ngayon, akala ko hindi na tayo makakapagpahinga kahit saglit."

Nasa katabing silid sila, kasalukuyang kumakain ng tanghalian kasama sina Ethan at ang ilan pang staff. Sa halip na pumunta sa kantina, mas pinili nilang dito na magpahinga at kumain. Dati itong stock room pero ipina-convert nila upang makatipid ng oras. Nasa dulong bahagi ng gusali ang kantina at aabutin sila ng sampung minuto o higit pa para makarating doon. Dagdag pa ang mahabang pila at paghahanap ng bakanteng lamesa.

Bukod pa rito, ang pagkakaroon nila ng sariling rest room ay nakakatulong upang maiwasan ang paulit-ulit na proseso ng pag-disinfect at pagpapalit ng damit pabalik nila sa duty — na nakakaubos ng kanilang oras imbes na nakakapagpahinga na sila.

"(Sigh!) Alam mo 'yan, Gina," sagot ni Eunice. "Pakiramdam ko nalilito na ako sa oras."

"Aargghh! Kailangan mo pa talagang sabihin 'yan?" reklamo ni Gina habang tinitingnan ang kanyang relo. "Tingnan mo, alas-dos na pero ngayon pa lang tayo kumakain ng tanghalian!"

"Nakakatuwa naman na yung mga tao natin e naiintindihan ang ating sitwasyon," sabi ni Eunice. "Sobrang thankful ako dito."

Napatingin si Gina kay Ethan na tahimik na kumakain sa kabilang dulo ng mesa kasama ang iba pang staff.

"Grabe, Eunice," bulong niya, "swerte talaga tayo kay Tam. Hindi yata siya napapagod. Para siyang makina. Wala kang maririnig na reklamo. Trabaho lang nang trabaho."

Tumango si Eunice. "Tama ka. Hulog siya ng langit para sa atin."

"Hindi pa kasama ang napakarami niyang responsibilidad. Hindi tulad ng kilala kong doktor na..."

Pinigil bigla ni Gina ang sasabihin, pero alam na ni Eunice na si Albert ang tinutukoy nito. Simula nang magsimula ang pandemya, halos hindi na nila ito mahagilap, lalo na kapag humihingi siya ng tulong. Palaging may dahilan kaya nang tumagal, sumuko na siya sa kakahingi ng tulong dito.

Naging tahimik si Eunice nang banggitin si Albert at napansin naman agad ito ni Gina. Nagpasya siyang baguhin ang usapan.

"Uhm, by the way," aniya nang may pilyang ngiti, "kumusta naman ang iyong Facebook super fan?"

Nagningning ang mga mata ni Eunice.

"Si Ethan?" tanong niya.

Hindi nila alam na naririnig sila ni Ethan kaya nang biglang marinig ang kanyang pangalan, nawala siya sa sarili.

Lumingon siya at muntik nang magsalita pero agad niyang napigilan ang sarili. Hindi naman siya napansin nung dalawa.

"Haaayst! Muntik na akong madulas!" pagalit niyang sabi sa sarili sabay batok sa sarili.

Nagulat ang katabi niya.

"Tam, anong nangyari? Bakit mo binatukan ang sarili mo?"

Nataranta siya sa pagsagot.

"Uhm... ahhh... wala, wala lang!" aniya, pasimpleng sinulyapan sina Eunice at Gina. Buti na lang, masyado silang abala sa pag-uusap at hindi rin napansin ang ginawa niya.

"May parang lumalakad lang sa ulo ko... kaya hinampas ko. Hahaha! Ang tanga ko naman..."

Natawa rin ang kalapit. Mukhang naniwala sa kanyang palusot.

"Hihihi!"

Nagpatuloy sila sa pagkain. pero si Ethan, muli na namang sekretong nakinig sa usapan nina Eunice at Gina.

29
Isang Pagkakamali at Boom!

"Siyempre naman... si Ethan ang tinutukoy ko," diin ni Gina. "Kumusta naman kayo... lalo na matapos nating subukang... hihihi!... tambangan siya ilang linggo na ang nakalipas!"

"Uhm... wala naman masyadong nangyari," sagot ni Eunice.

"Ganun lang?" hindi makapaniwalang tugon ni Gina. "Ano siya... robot? Hindi ka man lang ba niya kinontak pagkatapos ng nangyari?"

"A-Actually, Gina... sobrang guilty ko noong araw na yun... kaya ako ang nag-message sa kanya."

"Talaga? O-Wow! Aba, bago 'yan at gusto ko 'yan. Hihihi! Girl... parang lumalakas na loob mo ah. Who-ho-ho! Pag-usapan natin 'yan mamaya, hihihi! Pero ang mas mahalaga ngayon... at mas interesado akong malaman... ano ang napag-usapan niyo tungkol sa nangyari?"

"Sa totoo lang, hindi ko siya diretsa. Tinanong ko lang siya... kung siya nga 'yon. Alam mo na... para lang makasigurong hindi kung sino lang ang nata-target natin."

"At ano ang sagot niya?"

"Inamin niya na siya nga 'yun."

"Wheww, buti na lang! Kung hindi, nakakahiyang isipin kung maling tao pala ang napagdiskitahan natin."

"'Yan din ang nasa isip ko."

"O, ano naman ang reaksyon niya... may sinabi ba siya?"

Hindi nagsalita si Eunice. Ayaw niyang malaman ni Gina na inamin ni Ethan ang nararamdaman niya para sa kanya.

"ANO??" panggigigil ni Gina.

Napilitan siyang magsinungaling.

"A-Ang sabi niya... okay lang daw... at naiintindihan niya ang nangyari."

"At pagkatapos?"

"Uhm... 'yun lang! Nagpasalamat ako... at nag-log off."

Napangiwi si Gina at nagalit sa kaibigan.

"Minsan, kahit matalino ka, bobo ka pa rin," sermon niya kay Eunice, "at wala kang konsiderasyon."

"B-Bakit? Ano bang nagawa kong mali?"

"Eunice, may damdamin din ang taong 'yun. Hindi niya man sabihin, sigurado akong nasaktan din siya sa ginawa natin. Ang pinaka-minimum na magagawa mo sana ay kausapin siya nang maayos—hindi lang basta mag-message."

Hindi sumagot si Eunice. Sa totoo lang, may punto si Gina.

"S-Susubukan kong humingi ng tawad sa susunod na makausap ko siya," sagot niya bilang kompromiso.

"Haaiisst! At kailan naman ang 'susunod na beses' na 'yan?" bulyaw ni Gina. Napansin niyang nasa mesa ang cellphone ni Eunice at biglang dinampot ito.

"Anong ginagawa mo?" gulat na tanong ni Eunice.

"TINATAWAGAN SI ETHAN, ano pa ba?" sagot ni Gina. "Pwede naman siyang tawagan sa Facebook! Dapat matagal na natin itong ginawa!"

Habang nangyayari ito, lihim na natatawa si Ethan.

"(Chuckles!) Ni hindi nila alam na nandito lang ako... nakaupo at kasama nila!"

Pero isang saglit lang ang lumipas ay marealize niya ang susunod na mangyayari.

"SHEESSHH!" impit na sigaw niya. *"TATAWAGAN NIYA AKO!!! Haaisst, nasaan ang phone ko? Kailangan i-off ko ito agad!"*

Mabilis niyang kinuha ang cellphone sa bulsa, pero sa pagmamadali, nadulas ito at malakas na bumagsak sa mesa. Nagkukumahog siyang kunin ito, pero huli na ang lahat.

!!!KRRRIIINNNGGGGG!!!

!!!KRRRIIINNNGGGGG!!!

Nabigla ang lahat sa biglang pagtunog ng kanyang cellphone. Ang mga usapan sa paligid ay agad na tumigil.

Lahat, lalo na sina Eunice at Gina, ay napatingin sa direksyon niya. Nanlaki ang mata ni Ethan, hindi makakilos, hawak-hawak ang tumutunog niyang cellphone.

"LAGOT AKO!"

* * * * * * * * * *

Katahimikan ang naghari sa kuwarto. Ang atensyon ng lahat ay nakatuon sa tunog ng telepono. Kitang-kita ang pagka-guilty sa mukha ni Ethan habang dahan-dahan siyang tumingin kay Gina na tutok na tutok ang pagkakatingin sa kanya. Nagsalubong ang kanilang mga mata. Si Eunice naman ay tila naguguluhan sa nangyayari.

"HULI KA!" masayang bulalas ni Gina habang si Ethan naman ay tila suko na.

Pero hindi pa lumilipas ang isang segundo ay biglang sunod-sunod ding nag-tunugan ang mga cellphone sa paligid. Grabe ang pasasalamat ni Ethan sa pangyayaring ito.

"Salamat, Panginoon, sa maliit na milagrong ito."

Habang sinasagot ng bawat isa ang kanilang mga cellphone, nagkunwari rin si Ethan na may kausap. Sinamantala niya ang pagkakagulo at nagpatuloy siya sa pagpapanggap na may kausap para hindi paghinalaan ni Gina. Sa gitna ng ingay at pagkilos ng mga tao sa paligid, napabuntong-hininga si Ethan.

"Whew! Saved by the bell!" bulalas niya.

Pero nagkamali siya. Hindi basta-basta sumuko si Gina. Mabilis siyang tumayo mula sa kanyang upuan at tumakbo palapit kay Ethan. Nakatalikod si Ethan kaya hindi niya nakita ang pagdating ni Gina. Laking gulat niya ng bigla niyang kinuha ang telepono ni Ethan.

"B-Bakit?" napaungol siya habang sinubukang bawiin ang cellphone kay Gina. pero mabilis itong umatras.

Pakiramdam ni Gina ay nagwagi siya. Nakangising hinarap niya si Ethan.

"Hohohoho! Akala mo ba nakalusot ka na? Tammy, alam kong nagpapanggap ka lang. Haaiisst! Akala mo ba maloloko mo ako?"

Hindi natapos ni Gina ang kanyang pangungutya nang may marinig siyang boses mula sa telepono.

"Hello, sino ito? Anak, ano'ng nangyayari?"

Namula ang mukha ni Gina at mabilis niyang ibinalik ang telepono kay Ethan.

"Hihihihi! Sori, sori! Akala ko kasi..." sinubok niyang magpaliwanag, pero wala siyang maisip na dahilan kaya tumigil na lang siya. Nahihiyang tumingin siya kay Ethan para humingi ng paumanhin.

"Okay lang 'yon!" sabi ni Ethan, "FYI, si Mommy ko ang kausap ko, by the way."

"Uhm, oo Mom... ako ulit ito. Ah, wala 'yon..."

Ito ang ang huling narinig ni Gina habang hiyang-hiyang papalayo siya.

* * * * * * * * * * *

"Ano'ng nangyari?" tanong ni Eunice kay Gina nang makabalik ito.

"A-akala ko kasi," pahapyaw na sagot ni Gina, "akala ko talaga... tumunog ang telepono ni Tam... dahil tinawagan ko si Ethan."

"Ethan? Si Tam? Anong koneksyon?"

"Naniniwala pa rin ako... na iisa lang sila ni Tam."

"NA NAMAN? Paulit-ulit na lang? Jusko, kailan ba ito matatapos?"

Hiyang-hiyang tiningnan ni Gina si Eunice. Nagpatuloy si Eunice.

"Gina, napag-usapan na natin ito dati. Magkaiba sina Tam at Ethan. Hindi ko alam kung paano mo ako napapaniwala noon... pero tiningnan na natin ang kanilang mga background at pinag-kumpara. Parehong magkaiba sila — si Tam ay physical therapist... samantalang si Ethan naman ay design artist. Parehong magkaiba — magkaibang mundo. Pati ang itsura nila, magkaiba! Haaiisst! Hindi mo ba maintindihan 'yon?"

"Pero, pero..."

"Yun ba ang dahilan kung bakit tumakbo ka at kinuha mo ang telepono niya?"

Tumango si Gina bilang pag-amin.

"Akala ko nagpapanggap lang siya at walang kausap. Pero may narinig akong boses ng babae mula sa telepono."

"At lahat ng tao dito ay iniisip na baliw ka! At sa mga pinaggagawa mo nitong mga nakaraang araw... nagsisimula na rin akong magduda!"

"Pero Eunice, nakita ko ang mukha ni Tam — gilting-guilty! Parang may tinatago talaga siya."

"GUILTY ba kamo? Sigurado ka ba? Baka naman nag-aalala lang siya o kung ano... o mali lang ang anggulo — o baka gusto mo lang siyang magmukhang guilty!"

"Eunice, sinasabi ko sa'yo..."

"Jusko, Gina — isa na namang teorya mo? Kailan ba ito matatapos?" iritang sagot ni Eunice. "Tulad ng sinabi ko kanina... akala ko tapos na ang lahat? Nakita na nga natin silang magkasama... hindi ba? Huwag mong sabihing nakalimutan mo na ang huli nating kapalpakan? At gusto mo pa itong dagdagan?"

"Alam ko, alam ko. Kasi lang... eksaktong tumunog ang telepono ni Tam pagkatapos kong tawagan si Ethan sa messenger."

"(Sigh!) Gaya rin ng telepono ng lahat — naalala mo? Tumunog din ang telepono ko, FYI," pagalit na sabi ni Eunice. "Yung tumunog ang telepono ni Tam — nagkataon lang. Siya lang ang unang tumunog, simple lang 'yon. Paano kung yung phone ni Mang Sebyo ang unang tumunog? Iisipin mo rin bang siya si Ethan?"

Hindi napigilan ni Gina ang matawa.

Si Mang Sebyo ang 70 years old utility man ng departamento.

"Hihihi! Sori, sori!" paumanhin ni Gina. "Nagkamali talaga ako. Ang tanga ko talaga."

"At ang bobo mo rin!" dagdag ni Eunice. "Siguro puno ng bato ang ulo mo!"

Tumahimik ng sandali ang dalawa para pag-isipan ang lahat. Pagkatapos, nagsalita si Eunice.

"Ano'ng sinabi ni Tam sa'yo?" tanong niya. "Hindi ba siya nagalit o kahit na nainis man lang sa ginawa mo?"

"Uhm... hindi," sagot ni Gina. "Sabi niya okay lang daw ang lahat. Madalas na raw mangyari ito sa kanya. Sheesh! Nakakahiya talaga!"

Hinimas-himas ni Eunice ang likod nito.

"Kaya nga kailangan mo nang tigilan ang mga conspiracy theories mo," komento niya. "Hihihihi! Tigilan mo na ang panonood ng mga pelikula tungkol diyan. Okay, tapos na 'yon — kalimutan mo na. Halika, bumalik na tayo sa trabaho para malibang ka naman."

Habang papasok sila, hindi napigilan ni Eunice na magtanong.

"Uhm... sino'ng kausap ni Tam?"

"Huwag kang mag-alala, hindi n'ya girlfriend o kung sino man," pabalik na sagot ni Gina, na may kahulugan ang tingin kay Eunice.

"Tsk! Tsk! Eto ka na naman sa iyong mga hinala at conspiracy blah-blah-blah!" galit na sabi ni Eunice. "Curious lang ako — wala namang masama do'n, 'di ba?"

Umismid muna si Gina bago sumagot.

"Mother niya."

Tumango lang si Eunice.

"Mmmm, mother pala niya," bulong niya Hindi niya maunawaan, pero biglang gumaan ang kalooban niya nang malaman ito.

****

Sigurado si Ethan na pinagsususpetsahan pa rin siya ni Gina. May parang warning bells na nagtutunugan para huwag siyang magkampante.

Kaya mabilis niyang tinapos ang call ni Gina at pagkatapos ay agad na tumawag ulit.

"Ethan, bakit ka tumawag?" tanong ni Mommy. "May problema ba diyan?"

"Uhm, wala naman, Ma! Gusto ko lang malaman kung okay si Dad. Ininom ba niya lahat ng gamot niya — gusto ko lang malaman."

"Oo naman, anak. Ang bait mo talaga..."

Doon na biglang kinuha ni Gina ang telepono mula sa kanya.

Thankful si Ethan at naanticipate niya ang gagawin ni Gina.

"Haaiist, muntik na ako! Dapat talaga laging alerto ako kay Doktora Robles — 24/7. Simula nang insidente dun sa hambog na boyfriend ni Eunice, palagi na siyang nagmamatyag sa akin. Dapat talaga akong maging maingat sa kanya."

30
Panibagong Moment

"Thank God it's already Sunday" sigaw ni Eunice, halos sumasayaw sa kanyang pwesto. Linggo ang rest day niya, at grabe, parang isang taon na ang hinintay niya para dito. Pagod na pagod siya sa mga nakaraang araw at kailangan na niya talaga ang magpahinga—hindi lang pahinga, kundi ultimate rest!

"May plano ka ba bukas?" tanong ni Gina, habang nakangiti.

"Rest, rest, at rest pa more!" sagot ni Eunice, halos humihikbi sa kagustuhang matulog ng isang buong araw. "Wala na akong energy para sa kahit ano, sis. Parang zombie na ako!"

"(Giggle!) Grabe, dami mong drama, sis!" tawa ni Gina. "Pero gets ko. Toxic talaga 'yung mga nakaraang araw. Parang lahat ng problema sa mundo, dinaan sa'tin!"

"Oo nga, Gina," hinampo ni Eunice. "Hindi ko alam kung paano ko 'to nalagpasan. Parang survival mode na lang ako!"

Tiningnan ni Gina ang relo niya. "Sis, mukhang deserve mo na talagang makalaya sa bilangguan na 'to. Pwede ka nang mag-log off. Tara, uwi ka na!"

"Eh ikaw? Hindi ka pa ba tapos?" tanong ni Eunice.

"Nakalimutan mo ba? Duty pa 'ko hanggang alas-9 ng gabi. Hindi pwedeng sabay tayong mag-out. Pero okay lang 'yan, kontrolado ko ang lahat. WALANG MANGYAYARING MASAMA!" biro ni Gina, kunwari'y nagpo-power pose. "Ikaw, magpahinga ka na. Kita-kits na lang sa Lunes. Tara, ihahatid na kita!"

PERO DITO NAGKAMALI SI GINA!

* * * * * * * * * * *

Kapwa sila nagulat nang makasalubong si Albert sa hallway. "Albert! Naman at nagkita pa tayo!" bati ni Eunice. "Pauwi na ako... ikaw, saan ka pupunta?"

"Haarruump!" sabi ni Albert, kunwari'y nagmamalaki. "Marami pa akong mahahalagang bagay na gagawin—ang hirap maging importante tulad ko, 'no? Sobrang daming responsibilidad... hindi tulad mo... huff!"

"Hmmp! Mauna na ako sa'yo, Eunice," biglang sabi ni Gina, kunwari'y nagmamadali. Hindi na niya hinintay ang sagot at mabilis na umalis.

"Uhm, hindi mo man lang ba ako ihahatid?" tanong ni Eunice kay Albert.

Ihahatid?" galit na sagot sa kanya. "Hindi mo ba narinig na busy ako?"

Bago pa makasagot si Eunice, biglang bumalik si Gina, hingal na hingal.

"Gina! Ano'ng nangyari? Namumutla ka... bakit ka tumatakbo?"

Hinawakan ni Gina ang kamay ni Eunice, sabay bulalas, "May isang mental patient na nakatakas—at nasa loob siya ng CoRD!!!"

Kahit naguguluhan, agad na sumunod si Eunice kay Gina na tumakbo ulit pabalik sa CoRD.

"Huy, teka lang!" sigaw ni Albert, pero wala nang pumansin sa kanya. Nag-atubili siyang sumunod.

Pagdating nila, nakita nila ang mga nurse na nagkukumpulan sa labas ng pinto, takot na takot.

"Nagulat kami dun sa lalaki," iyak na sabi ng isang nurse. "Nagwawala siya. Takot kami sa kaligtasan namin, kaya tumakbo kami."

"May hawak siyang kutsilyo," dagdag ng isa pang nurse. "Takot na takot kami... pero nagawa pa rin naming iligtas ang ibang pasyente... maliban sa mga nasa isolation rooms."

"Tama ang ginawa niyo," sabi ni Eunice. "Hindi natin alam kung anong gagawin ng lalaking 'yon. Mabuti at nailigtas niyo ang karamihan."

Muntik na niyang itanong kung nasaan si Tam, pero naalala niyang day-off nito. Nakita niya si Mang Sebyo, pero tumango na lang siya. Wala itong magagawa.

"Paano naman ang mga guwardiya?" tanong ni Gina.

"Tinawag na namin sila, pero baka hindi sila makarating agad. May sunog sa main building. Abala sila doon," paliwanag ng nurse.

"Ah, well, wala tayong magagawa tungkol doon," sabat ni Albert, kunwari'y nag-iisip. "Ang pinakamaganda nating gawin ay maghintay na lang."

"Pero baka huli na," sabi ni Eunice.

"Huh? Anong ibig mong sabihin... huli?" galit na tanong ni Albert. "Huli para sa anong bagay?"

Sumilip si Eunice sa loob. "Sa ngayon, nasa outer room pa siya," sabi niya.

"So ano kung gano'n?!" sumabog si Albert. "Anong koneksyon nun...!"

"Shhhh! Huwag kang maingay," pagalit ni Eunice. "Wala tayong mapapala kung mapapansin niya tayo."

"Eunice, h'wag mong sabihing may delikado kang binabalak?" takot na tanong ni Gina nang makita si Eunice na nagsusuot ng PPE suit. "Huwag, Eunice—please, huwag mong gawin 'yan!"

"Eunice, baliw ka ba?" sigaw ni Albert. "Anong klaseng pagkabaliw 'to—papasok ka ba sa loob? Grabe! Parang gusto mong mamatay. At para saan? Para kumbinsihin 'yung... 'yung mental sa loob na lumabas? Kulang sa pag-iisip yun, Diyos ko!!!"

"Albert, kahit na gano'n, hindi tama na hayaang ma-infect siya ng virus. May moral obligation tayo na iligtas siya! At higit sa lahat—ang mga pasyente sa loob ay sobrang vulnerable. Karamihan sa kanila, nasa life-support systems. Paano kung magsimula siyang magwala sa loob? Hindi lang ang kaligtasan ng mga tao sa loob ang mapapalagay sa panganib, pati na rin ang posibleng pagkalat ng virus."

"Pero papasukin mo ang panganib para lang iligtas siya? Noooo way, Eunice—WALANG F!@#$@G WAY!!! Haaiist! Bakit hindi na lang tayo maghintay hanggang dumating ang guwardiya? Kayang-kaya nilang hilahin ang baliw na 'yun palabas!"

Tumingin si Eunice sa loob at umiling. "Baka huli na," sabi niya. "Baka pagdating ng guwardiya, nandun na siya sa critical section kung saan ang mga Covid patients."

"So anong epekto nun?"

"Albert, hindi mo ba narinig? Ilalagay niya sa peligro ang buhay ng mga pasyente at ang sarili niya—at baka kumalat pa ang virus!"

"Eh, anong kinalaman natin dun? Hindi natin yun kasalanan!"

Tiningnan ni Eunice si Albert, galit at pagkabigo ang nasa mukha. Inayos niya ang kanyang PPE suit. "Papasok ako... susubukan kong pigilan siya," sabi niya. "Tutulungan mo ba ako... o hindi?"

"I-I'm not wearing a PPE," sagot ni Albert, pilit na iniiwasan ang tanong. "Uhm... maghintay na lang tayo sa guwardiya..."

Tiningnan ni Eunice ang PPE suit sa mesa. Nakita rin iyon ni Albert pero hindi ito tumingin. Alam ni Eunice na naghahanap pa ito ng ibang dahilan upang hindi sumama. Dahil wala na siyang oras, tumakbo na siya patungo sa pinto.

"I-I'll come with you," sabi ni Gina, sabay tingin kay Albert. "Hindi ka pupunta mag-isa!"

Nagkunwari si Albert na hindi niya ito nakita at umiwas ng tingin.

"Hindi, Gina... kailangan kita dito sa labas. Alagaan ang mga pasyente at siguraduhin na okay lang lahat. Bukod dito, wala naman magiging epekto kahit pumunta ka. Hindi naman natin kayang pilitin siyang lumabas. Baka magulat siya kung makita tayong dalawa. Mag-isa, baka may chance akong kumbinsihin siya."

"Pero paano kung hindi mo kaya?"

"(Sigh!) Kung hindi ko magawa... susubukan ko na lang makipag-usap sa kanya... i-stall siya hanggang dumating ang tulong."

"At kung ano'ng mangyari sa iyo?"

"Naka-depende ako sa'yo, Gina, para mag-work ito. Pagdating ng guwardiya, pakisabi na pumasok agad pero dahan-dahan. Susubukan kong i-distract siya habang dumarating sila. Sana makalapit sila nang hindi siya magulat."

"Pero delikado... ikaw lang mag-isa..."

"Sa totoo lang, nanginginig ako sa takot, Gina. Pero wag kang mag-alala, kapag may unang senyales ng panganib, tatakbo ako agad!"

Hindi ganap na kumbinsido si Gina, pero nang makita ang determinasyon sa mukha ni Eunice, tumango siya.

"(Sniff!) Sige, Eunice. Bibigyan kita ng 10 minuto—30 minuto maximum para kumbinsihin ang lalaking 'yon. Pagkatapos nun, hihilahin kita palabas kahit ayaw mo. Sana magtagumpay ka muna hanggang dumating ang tulong. Huwag kang magpapaka-bayani, okay? Promise mo 'yan."

Tahimik na tumango si Eunice bago pumasok sa CoRD.

31
Isang Superhero

Nakita ni Eunice ang pasyente na nakaupo malapit sa pintuan ng mga COVID rooms. Abala siya sa paglalaro ng mga instrumentong nasa nurse's station.

"H-Hello!" bati ni Eunice.

Noong una, nagulat ang pasyente, pero nang makita niyang si Eunice lang ang nakatayo sa harap niya, kumalma siya at itinuloy ang paglalaro sa mga gamit.

Medyo nag-relax si Eunice. Phase one tapos na. Nakita siya ng pasyente at hindi nag-panic.

Tumayo lang siya sandali, hinahayaan niyang masanay ang pasyente sa kanya. Nang makita niyang abala pa rin ang pasyente sa ginagawa nito, naupo siya malapit sa kanya.

Tiningnan niya ang orasan sa kisame. Dalawang minuto pa lang ang lumipas mula nang pumasok siya. Sa kanyang estimate, mga sampung minuto pa bago makarating ang mga guwardiya—kung makarating man. Pero kailangan niyang masolusyunan ang sitwasyon.

"Ten minutes," bulong niya sa sarili, "kailangan ko ng ten minutes..."

"Gusto mo ba 'yan?" tanong niya sa pasyente.

Hindi tiningnan ng lalaki si Eunice pero dahan-dahan siyang tumango habang abala sa ginagawa.

Lumapit si Eunice nang kaunti. Mukhang hindi siya pinansin ng pasyente at ipinagpatuloy nito ang ginagawa. Ipinagpatuloy niyang lumakad papunta sa quarantined na kwarto, pero nanatili siyang naka distansya sa lalaki.

"Kung... kung maaabot ko ang pinto, baka maisara ko ito at maprotektahan ang mga pasyente..."

Napansin ng lalaki ang galaw ni Eunice at huminto sa ginagawa.

"A-Ano ang pangalan mo?" bigla tanong niya para maalis ang pagdududa ng lalaki.

Masusi siyang tiningnan ng pasyente, tinitimbang ang distansya sa pagitan nilang dalawa.

Magsasalita pa sana si Eunice nang bigla siyang sinugod nito. Naging mabilis ang pangyayari at naramdaman na lang niya na nakadagan sa kanya ang pasyente at sakal sakal na siya..

"No, wait!" pilit na kinakausap ni Eunice ang pasyente, "Nandito ako para tulungan ka..."

Pero wala itong epekto. Nanlilisik sa galit ang lalaki at hindi na nakikinig sa kanya. Itinuon nito ang buong timbang niya kay Eunice, habang iniipit nang mga paa nito ang braso niya.

Pinilit niyang makawala pero masyadong malakas ang pasyente. Nararamdaman ni Eunice na unti-unti nang sumisikip ang pagkakasakal sa kanya.

Muling niyang sinubok na makawala, pero wala siyang magawa. Hindi na siya makahinga. Unti-unti nang dumidilim ang pakiramdam niya. Nawalan na siya ng pag-asa na darating pa ang tulong. Malapit na siyang mawalan ng malay pero sa huling sandali nakita niyang biglang sumulpot si Ethan.

"Tam? Bakit siya nandito? Nagha-hallucinate na ba ako?" ang huli niyang nasabi bago tuluyang nawalan ng malay.

* * * * * * * * * *

Kahit na wala siya sa malay, naririnig pa rin niya si Tam na bumubulong, "Stay with me, Eunice. Hang in there, hang in there, please..." paulit-ulit sa pagitan ng mga hikbi. Totoo ba ito o baka siya'y nangangarap lang?

* * * * * * * * * *

Hindi pa rin ma-gets ni Ethan, pero parang may kumukurot sa utak niya buong araw. Yung tipong hindi mo alam kung gutom ka lang o may multong bumubulong sa'yo. Sabi niya sa sarili, *"Relax ka lang, bro."* Pero yung kutob? Ayaw magpaawat. Parang chismosa sa kanto—paulit-ulit, makulit, at parang may gustong iparating.

Ang labo naman, kasi maganda naman ang gising niya. Rest day pa nga, diba? Wala namang aberya sa bahay, sa ospital, o sa negosyo.

Eh bakit parang may malaking “ABANGAN” sign sa ulap na nakasabit sa kanya?

Kailangan niyang mag-distract. Aha! Yung gamot ni Dad!

“Ay, oo nga pala! Baka maubusan ng supply! Si Mom pa naman, mas praning pa sa CCTV pag paubos na ‘yon. At syempre, sa dinami-dami ng botika, sa Quiapo pa ang may stock! Jusko, ano ba ‘tong kapalaran ko?”

Walang choice, sumakay siya sa LRT pauwi. Kahit na parang nasa zombie apocalypse pa rin ang vibe dahil sa quarantine protocols—face shield, face mask, at mandatory “stay-away-from-me” distance—mas trip niya pa rin ‘to. May kakaibang peace pag nakatingin ka sa labas ng bintana, parang pang-music video moment. Minsan nga, dito pa siya nakakapulot ng best ideas para sa mga projects niya.

Nasa Bambam Station na siya nang biglang dumagundong ang cellphone niya.

📞Ring! Ring!

“Hello, Mom?”

“Anak! Nasaan ka?”

“Uh, nasa LRT, pauwi na. Bakit?”

“Hindi ba rest day mo ngayon?”

“Tama naman po, kaso naalala kong paubos na yung gamot ni Dad, kaya dumaan na ako.”

“Naku, salamat anak! Buti na lang naalala mo! Alam mo naman ako, kinakabahan kapag wala tayong extra stock.”

“Aba, memorized ko na ‘yan, Mom! Eh di para iwas stress, naisip kong isabay na rin bumili ng ilang gamit para sa negosyo ko. Assuming na may bukas pang tindahan, syempre.”

“Naku, anak, wag mong ubusin ang energy mo diyan! Baka naman sa sobrang sipag mo, ikaw naman ang bumigay. Pahinga ka rin kahit konti!”

“Hahaha! Si Mom talaga! Don’t worry, magpapahinga rin ako... sa tamang panahon.”

“Siguraduhin mo lang, ha? Ingat ka d’yan! Ang daming kaso ng virus ngayon.”

"Alam ko, Mom. Chill ka lang, naka-full gear ako—face mask, face shield, alcohol, at social distancing na parang may kasamang laser beams! Sure na sure, walang lalapit!"

"Ay anak, wala na akong ipapabili, ha? Sarado na rin halos lahat ng tindahan."

"Sure ka, Mom? Wala na talagang kulang sa bahay?"

"Ayos lang, anak. Mag-enjoy ka na lang."

Nagkwentuhan pa sila sandali bago tuluyang nagpaalaman.

"Bye, Mom! Love you! Mwah! Tsup!"

Natawa na lang si Ethan habang ibinabalik ang phone sa bulsa.

"Haha! Si Mom talaga, top 1 worrywart sa buong mundo. Pero seryoso, anong masama bang pwedeng mangyari sa araw na 'to?"

Napatingin siya sa malayo. Pero kahit anong pilit niya, yung pakiramdam ng kaba? Nandun pa rin. Parang background music sa horror movie na hindi mo alam kung kailan bibira ng jumpscare.

32
Fate Ba O Coincidence Lang?

"AY, ANAK NG TINAPA—!" napa-swear na lang si Ethan nang makita niya ang Quiapo Church sa bintana ng LRT.

"Pak! Lagpas ako!"

Huli na. Wala na siyang magagawa. Tinitigan na lang niya ang papalayong simbahan na parang eksena sa teleserye. Sabay kamot sa ulo, sabay buntong-hininga, sabay kurot sa sarili—baka sakaling magising sa katangahan.

"Haaayst! Bababa na lang ako sa next stop tapos lalakarin ko na lang pabalik!" bulong niya. Tumingala siya at agad na pinagsisihan. "Sheesh, ang init! Para akong isda nito sa kawali!"

Nag-isip siya nang malalim, parang si Einstein na may hinahanap na formula. Tapos, *ding!*—nag-snap siya ng daliri.

"Eh 'di dumaan na lang ako sa PGH!"

Perfect excuse! Andun ang ospital. At andun si Eunice. Kahapon lang sila nagkita, pero parang isang dekada na siyang hindi nakakahinga nang maayos.

"Baka sabihin ko na lang na may naiwan akong gamit... o may iche-check lang ako... o sabihin ko na lang na miss kita?"

Napailing siya.

"Hahaha! HINDI KO KAYA 'YUN!"

Napansin niyang napapatingin sa kanya ang ibang pasahero. Yung iba, lumalayo pa nga.

"Oops. Baka akala nila takas ako sa mental!"

Nagseryoso na siya.

"Alam mo, Ethan, gamitin mo 'tong pagkakataon! Bibili ka ng pasalubong! Tama! Isang malaking burger, fries, at large drink para kay Eunice. Sigurado akong nag-skip na naman 'yon ng break para lang matapos ang trabaho."

* * * * * * * * * * *

Papasok na siya sa burger joint nang mapansin niya ang mga taong nagtatakbuhan na parang may hinahabol na last trip pauwi ng probinsya. Yung iba, tuma takbo papunta sa ospital.

Tapos, may narinig siyang mga intern na nag-uusap.

"Hostage situation daw?"

"Hindi! May nagwawalang pasyente sa COVID department!"

Pagkarinig niya ng "COVID department," nag-shut down ang isip niya. Diretsong tumakbo na parang may rocket sa pwet.

* * * * * * * * * *

"EXCUSE ME! TABI, TABI!"

Hindi niya alam paano siya nakatakbo nang ganon kabilis. Parang biglang nagka-superpowers. Pero isang pangalan lang ang nasa utak niya – si **EUNICE.**

Pagkadating sa ospital, sinalubong siya ni Gina.

"DOCTOR ROBLES!"

"Tam, mabuti at nandito ka!"

"Nasaan si—" Napigil niya ang sarili. "Nasaan si Doctor Gorospe?"

Hinihingal si Gina. Nanginginig ang kamay na nagsalita.

"Si Eunice... uhm, pumasok siya sa CoRD para pigilan yung pasyenteng nagwawala..."

Wala nang iba pang narinig si Ethan.

Tumakbo siyang dire-diretso siya sa hallway. Ang mga nurse at staff, nagkakagulo. Para silang mga sisiw na hindi alam saan tatakbo.

Pinakalma niya ang lahat.

"Alam ko na ang sitwasyon. Nobody move. Ako na ang papasok."

* * * * * * * * * *

Dahan-dahan siyang lumapit sa glass partition ng CoRD.

Nakita niya si Eunice sa loob—kalma, nakikipag-usap sa pasyente. Pero may kakaiba sa kilos nung lalaki.

Parang ahas. Nakaamba.

Hindi magandang senyales 'to...

Biglang tumigil si Eunice.

Papalapit siya sa **restricted COVID area.**

"NO!" bulong niya.

Pero huli na.

Sumugod yung pasyente. Nahulog silang dalawa ni Eunice.

"Haiist!"

Hindi na siya nag-isip. Sumugod siya.

Nakita niyang sinasakal ng pasyente si Eunice.

NO. NO. NO.

Sinalubong niya ng suntok ang lalaki. Tumalsik ito sa gilid.

Babangon pa sana ito, pero mabilis siyang kumilos. Kumuha siya ng dextrose. Nilabanan ang pasyente. Pinadapa. Itinali ang mga kamay at paa.

Pagkatapos, ay mabilis siyang bumalik kay Eunice.

Nakahiga ito. Hindi gumagalaw.

"Eunice!"

Mabilis siyang lumapit. Inangat ang ulo nito.

"Eunice, okay ka lang?"

Ngumiti si Eunice.

Tumango.

Pagkatapos ay tuluyan ng nawalan ng malay.

Nanlumo siya.

Sinisisi ang sarili.

Pinilit niyang pigilin ang luha, pero tumulo rin ito. Mahigpit niyang niyakap si Eunice.

"*(Sniff...)* Stay with me, Eunice... please... kapit lang..."

33
Sorry, Na-late Ako

Nang nagising si Eunice, feeling niya ay parang kinain ng buhangin ang utak niya. Hindi niya maalala kung ano'ng nangyari. Nang makita niyang nakahiga siya sa hospital bed, sinubukan niyang umupo, pero may kamay na pumigil sa kanya.

"Dahan-dahan lang," mahinahong sabi ni Joan, ang head nurse ng CoRD. Doon lang niya ito napansin, tinitingnan nito ang IV fluids niya habang naghahanda ng gamot.

"Huwag mong pilitin ang sarili mo, Doctor," payo ni Joan. "Magpahinga ka lang muna. Marami ka nang pinagdaanan."

Doon lang naalala ni Eunice ang lahat. Bumalik ang mga alaala, at hindi niya maiwasang nerbiyosin.

"Okay ka lang ba?" tanong ni Joan na mukhang nag-aalala. Tiningnan siya ni Eunice at ngumiti. "Okay lang, Joan. Naguluhan lang ako kanina. Pero okay na ako ngayon. Huwag ka nang mag-alala." Hinawakan niya at tinapik-tapik ang kamay ni Joan para ma-kalma ito.

"Tumawag na kanina ang Mama at Papa mo. Sobrang worried sila. Kung hindi lang dahil sa restrictions, nandito na sana sila. Nang sabihan sila ni Doktora Robles na hindi sila pwedeng pumunta dito doon lang sila tumigil — pero tiniyak muna na okay ka na. Pinagbilinan pa ako ni Doktora Robles na tawagan sila bawat oras para mag-update sa kalagayan mo."

Ngumiti si Eunice at tumango. Ramdam niya ang kirot at paninigas sa leeg niya, kaya awtomatiko niyang hinawakan ito. Napansin ito ni Joan. "Sigurado ka bang okay ka na? Baka kailangan nating tumawag ng doktor..."

"*(Giggle!)* Joan, baka nakalimutan mo, doktor ako!" sabi ni Eunice, may halong biro.

"Uhmm, alam ko... pero..." nag-aalangan si Joan.

Dumating si Gina sa puntong iyon. Itinuro siya ni Eunice. "Kung doktor ang hinahanap mo maliban sa akin... eh nariyan na siya!"

Nang makita ni Gina na gising na si Eunice, dali-dali itong lumapit.

"Gising ka na! Gising ka na!" tuwang-tuwa niyang sabi. "Okay ka lang ba, Eunice? Sabihin mo sa'kin kung may nararamdaman ka. Kailangan ba nating tawagan ang mga brain surgeons, specialists o..."

Pinagalitan siya ni Eunice.

"Haaiisst! Tigilan mo na, Gina! Mas malala ka pa kaysa kay Mama ko."

"Hihihihi! Nagbibiro lang, Eunice. Alam ko kasi ugali ni Mama mo, kaya hindi ko maiwasang mang-asar." Kinurot ni Eunice si Gina sa tagiliran nito at napahiyaw ito sa sakit.

"You and your corny jokes, Gina!"

Pero nang maging seryoso si Gina, tinitigan niya si Eunice at tapat na tinanong, "Talaga bang okay ka na, Eunice? Seryoso na, wala nang biro ngayon, please... talagang worried na worried ang Papa at Mama mo."

"Huwag kang mag-alala, Gina. Bukod sa konting kirot sa leeg ko, okay na ako. Malakas ako, baka hindi mo lang alam. Medyo na trauma lang ako sa nangyari at parang nanghina. Pero okay na ako ngayon."

"Salamat sa Diyos... sobrang nakampante na ang pakiramdam ko nang marinig 'yan. Anyway, considering everything, hindi na ako magugulat na okay ka," patuloy ni Gina, may bahid ng pang-aasar sa boses. "How can you not feel okay – kung may isang gwapo, super-duper na guardian angel ka sa tabi mo."

"Super... duper... guardian angel?" tanong ni Eunice, litong-lito. Nakita niyang may malawak na ngiti si Gina. "Uh-huh! Yung nagligtas sa'yo ng heroically—out of the blue, sabi ko nga!"

"Si Albert ba?" tanong ni Eunice.

"Awww, shucks, ikaw naman Eunice, ikaw pa ang nagspoiled ng moment," sagot ni Gina. "Yung malaking bozzo na 'yun, hindi magbubuhat ng daliri yun para tulungan ka lalo na kung maaapektuhan ang hairline niya. Jeez! Wala 'yan—wala siya kumpara sa hero na tinutukoy ko."

"Si Tam?" hindi maiwasang nasabi ni Eunice.

"BINGO!" sigaw ni Gina.

Naging malinaw na ang lahat kay Eunice.

"Hindi pala ako nagha-hallucinate? Si Tam pala talaga yun. At siya ang nagligtas sa'kin...?"

"WHO ELSE?"

"Uhm, of course, gagawin ni Tam 'yan," sabi ni Eunice. "Talaga namang matulungin siya... at, ehhh... matapang din—para sa ating lahat. Oo, oo, siya ay palaging maaasahan nating lahat. T-Tama 'yan... isa siyang mahusay na katrabaho..."

Tinitigan siya ni Gina na may pagka-amused.

"Alam mo ba na halos mapudpod ang sapatos nun sa kakalakad paikot-ikot sa harap ng kwarto mo. Nag-aalala at hindi malaman ang gagawin habang nakatutok sa iyo?"

Nalito si Eunice. Hindi niya alam iyon.

"Oo, best friend! Siya 'yon! Hindi siya tumigil hangga't hindi sigurado na okay ka na. Ang sweet naman, hindi ba, Eunice?"

"O-Of course!" sagot ni Eunice na nahirapan mag-agree. "Akala ko si Albert yun..."

"Albert? OMG, Eunice, may nangyari na ba sa mga mata mo? Si Tam ang mas gwapo kesa kay Albert na 'yan! Hmmp — ni hindi nga siya gwapo!"

Naggrimace si Eunice.

"Hindi ako bias or something, pero si Tam talagang sobrang gwapo kumpara sa kanya... at maganda pa ang aura," nagpatuloy si Gina habang hinihiling kay Eunice na wag tumutol.

Nais ni Eunice na manahimik na lang.

"Nung unang dumating kami," kwento ni Gina, "sobrang lungkot ni Tam talaga. Nakatayo siya sa labas ng kwarto mo. Sobrang worried siya sa'yo."

"Uhm... ahhh... T-Tama...talagang ganun 'yun," komentaryo ni Eunice. "H-Huwag mong kalimutan, emotional siya kahit sa mga maliliit na bagay."

Napatingin siya kay Gina at nakita niyang nakangiti at nagme-makeface ito sa kanya.

"Haaiist! Gina, tama na!"

Naging mas malaki ang ngiti ni Gina habang nagpapatuloy.

"Si Tam talaga sweet. Nang malaman niyang okay ka na, doon lang siya nakalmante. Nang malamang okay ka, napasalampak siya sa floor. Parang bang nawala yung bigat na iniisip niya. Nung nakarecover siya, humingi pa siya ng sorry, sinabing na-late siya sa pagdating ... eh hindi ko naman nakuha..."

"Kasi day off niya," sabi ni Eunice.

"Ang sweet pa rin! Hindi ba't agree ka Eunice?" sabi ni Gina, sweet pa rin ang boses. "Di katulad nung isa..."

"Hindi ba may mga gagawin ka pa, Gina?" pinutol ni Eunice na alam na tinutumbok ni Gina.

"Huh? Uhm... okay lang, Eunice," sagot ni Gina. "Gusto ko talaga magstay dito at magkwento tungkol kay Tam..."

Upang mapigilan si Gina, tumayo si Eunice mula sa kama. "Huh! Eunice, anong ginagawa mo?" tanong ni Gina, nag-aalala.

"Gusto ko lang umihi, pwede mo ba akong tulungan makalakad papunta sa CR?" Medyo nangiwi siya habang naglalakad pero pinilit ang sarili.

"Eunice, okay ka na ba? Pwede ka na bang maglakad?"

"Of course, Gina! Okay na ako! Kailangan ko lang ng tulong mo."

Naglakad sila magkasama papunta sa comfort room. "Sigurado ka bang kaya mo maglakad?" tanong ni Gina na labis na nag-aalala.

"Of course!" masayang sagot ni Eunice.

34
Buking Na Buking Na

Habang nakasandal si Eunice kay Gina, bigla niyang naramdaman na parang naging jelly ang mga tuhod niya. Sumabay pa ang hilo at napayakap siya nang mahigpit kay Gina.

"HMP! Uy, ayos ka lang talaga, ha!" sita ni Gina, sabay irap.

Napakunot noo si Eunice. "Ah ganun?! Aba! Para namang hindi ikaw ang may kagagawan nito!"

"A-Ako?!" Nagkibit-balikat si Gina, may kasamang pa-inosenteng ngiti na halatang may tinatago. "Hala! Anong kasalanan ko?"

Sasagot na sana si Eunice nang nanlambot ulit ang mga tuhod niya. Nagdilim ang paningin niya at napilitang napahigpit ang hawak kay Gina. Eh siyempre, physics, kung sino ang may hawak, siya ang madadala at kasama si Gina sa pagbagsak.

Pero bago pa sila tuluyang bumagsak sa sahig, may dalawang matitikas na bisig ang sumalo kay Eunice.

Nakangangang lumayo si Gina, iniwan si Eunice sa mga bisig ni Ethan. Pero bago pa siya makapag-react, nag-pixelated na ang paningin ni Eunice at tuluyang nawalan ng malay.

* * * * * * * * * * *

Maingat na inihiga ni Ethan si Eunice sa kama. Tumalikod siya at tinapunan ng tingin si Gina na busy sa pag-aasikaso kay Eunice.

"Anong nangyari? Hindi ba dapat nagpapahinga siya? As in, bed rest, bawal kumilos?"

Napangisi si Gina. "Long story short—kinailangan niyang mag-CR."

"Ahhh..." ang nasabi na lang ni Ethan.

Tiningnan muna ni Ethan si Eunice bago muling nagsalita.

"Sigurado ka bang okay na siya? I mean, wala nang dapat ipag-alala?"

Tumango si Gina. "Hmm! Pagod lang 'yan. Sobrang stress sa mga nangyari. Pero aside from that, okay na siya."

Kitang-kita ang luwag ng loob ni Ethan. "Salamat sa Diyos!"

Medyo nagtaas ng kilay si Gina. "Grabe, Ethan. Halata namang concerned na concerned ka sa kanya."

"Ha?! Ano? Hindi! I mean... oo, concerned lang ako kasi... uh... isipin mo naman ang pinagdaanan niya! Saka —"

Umiling si Gina at iwinagaygay ang kamay sa mukha ni Ethan. "Save it, Tam. Hindi mo ako maloloko. Mula pa noong unang araw na pumasok ka dito, obvious na obvious na may gusto ka kay Ate Eunice."

"Huh?!"

Magde-deny pa sana si Ethan, pero nakita niya ang seryosong tingin ni Gina. Napatingin na lang siya sa sahig.

Napabuntong-hininga si Gina.

"Look, aaminin ko, masakit siyempre. Sino ba namang hindi masasaktan? Pero, ehhhh... ganun talaga, di ba? Hindi ko naman ipipilit sarili ko. Hindi ako kawawa. Malaki na ako, marunong na akong mag-move on. Mas mahalaga sa akin na masaya ang BFF ko. Deserve niya ang isang taong magmamahal sa kanya ng buo. At kung ikaw 'yun..."

Ginawa niyang drumroll ang kama. "Eh di ikaw na nga!"

Tahimik lang si Ethan, parang nilulunok ang mga sinabi ni Gina. Tinapunan niya ng tingin si Eunice, na wala pa ring kaalam-alam sa pinag-uusapan nila.

Sa wakas, nagsalita si Ethan.

"Salamat, Gina. I mean it. Hindi ko na ipagkakaila... may nararamdaman talaga ako kay Doct—"

"Eunice." singit ni Gina, sabay irap.

"Oo na, kay Eunice. *(Sigh!)* Wala na rin naman akong choice kung di umamin, ano? Feeling ko lagi mo akong nauunahan!"

Nag-victory pose si Gina. "Well, kasi nga, matalino ako!"

Pero agad din siyang sumeryoso.

"Tam, sigurado ka bang first time mo lang nakita si Besi nung dumating ka rito? Kasi parang ang bilis, ha. As in, first sight agad, boom, gusto mo na siya? Medyo... hmmm... suspicious."

Napakamot sa batok si Ethan. Naalala niya ang mga madalas niyang pag-stalk—err, pagtingin sa Facebook account ni Eunice. "Eh kasi naman... nakita ko na siya dati. Nung nagbabantay ako kay Papa sa ospital at tumutulong ako sa OPD."

"Oooohhh!" napatango si Gina.

"Uh-huh! Dapat sana nagkausap na tayo noon, pero ayun, pumutok ang pandemya. Pero si Eunice... hindi ko siya nakalimutan mula noong araw na iyon."

Biglang nag-smirk si Gina. "Eh ako?"

Napatingin si Ethan sa kanya, sabay napalunok.

Tawa nang tawa si Gina. "Hahaha! Loko lang! Ikaw naman, parang nasindak! Sige, go, tuloy mo!"

"Eh ayun na nga, swerteng na-assign ako sa department niyo. At mula noon..." Napakamot ulit si Ethan. "Alam mo na."

Nanahimik silang dalawa, parang parehong iniisip ang bigat ng sitwasyon.

Hanggang sa basagin ulit ni Gina ang katahimikan.

"Tam, alam mo namang may relasyon na ang Ate ko, 'di ba?"

Tumango si Ethan. "Oo, alam ko."

"Pero grabe ka, ha. Hindi ka lang basta 'concerned.' Para kang guardian angel na naka-focus lang sa kanya."

"Gusto ko lang maging nandiyan para sa kanya... kahit bilang kaibigan lang."

Umiling si Gina.

"Pero hindi patas sa'yo, Tam. Dapat ikaw rin, may taong magmamahal sa'yo ng buo. Hindi pwedeng forever kang friend-zone."

"Alam ko naman 'yan. Pero hindi ko rin mapigilan ang nararamdaman ko. Mas gusto ko na lang nandiyan ako para kay Eunice. Ayokong mawala siya sa buhay ko kung magtapat ako at masira ang lahat."

Napalalim ang buntong-hininga ni Gina. "Gets kita, Tam. Pero minsan, kailangan mo ring isipin ang sarili mo. Sa huli, baka ikaw lang ang matalo sa larong ito."

Habang patuloy silang nag-uusap, hindi nila namalayan na gising na si Eunice... at tahimik silang pinakikinggan.

35
Open Secret

"Hoy, ano'ng ginagawa mo dito?" sigaw ni Gina nang makita si Eunice na abalang-abala sa pagtatrabaho nang dumating siya.

"(Haaay!) Okay lang, Gina. Maganda na ang pakiramdam ko," sagot ni Eunice na may pagod sa boses.

"Eunice, dalawang araw ka pa lang nakakauwi, 'di ba? Ibig kong sabihin, sa mga nangyari sa'yo, maiintindihan ko kung magpapahinga ka nang isang linggo...o kahit isang buwan! Talaga bang okay ka lang, 'di ba naman nafi-feel mo na..."

"Haaist! Tumigil ka na, Gina, mas malala ka pa kay Mama!" putol ni Eunice. "Paano ako makakapagpahinga sa bahay kung nakatutok sa akin buong araw si Mama, tapos palaging nagtatanong kung okay lang ako?"

Hindi napigilan ni Gina ang pagtawa.

"Bukod doon," dagdag ni Eunice, "nag-aalala ako na baka ma-overwhelm ka sa trabaho dito habang wala ako."

"Tee-hee, well, medyo tama ka nga diyan," nahihiyang sagot ni Gina.

"Hah! Medyo lang? Kung hindi ako nagkakamali, itong mga job requisitions at orders ay 'yung mga nasa mesa ko bago pa mangyari ang insidente."

"Ahiiiii, ang tigas mo naman, hindi mo ba ako mabibigyan ng konting pakunswelo man lang? Kahit papaano, ako ang nagbantay dito...*(chuckle!)* kahit ilang araw lang!"

Nagtinginan ang dalawa nang super-seryoso bago biglang nagtawanan nang malakas.

"Welcome back, bestie ko!" sabi ni Gina bago yakapin ang kaibigan.

* * * * * * * * * *

Nagulat din si Ethan nang makita niyang bumalik na sa trabaho si Eunice at nag-aasikaso na sa mga pasyente. Muntik na siyang lumapit para pagsabihan siya pero napigilan niya ang sarili. Alam niyang wala siyang karapatang gawin iyon. Wala siyang nagawa kundi mag-alala na lang.

"Talagang napaka-dedikado niya sa trabaho...*(haay!)* at napaka-tigas ng ulo."

* * * * * * * * * * *

Nakita na ni Eunice si Ethan nang pumasok ito pero nagkunwari siyang hindi ito napansin. Gusto niyang magpasalamat dahil sa pagsagip niya sa kanya, pero nag-atubili siya, sariwa pa sa kanyang isip ang usapan nito ni Gina.

Naramdaman niyang kinikiliti siya ni Gina.

"Uhm, ano?" tanong niya nang lumingon sa kaibigan.

Itinuturo ni Gina si Ethan gamit ang ulo, "Hindi mo man lang ba sasabihan ng 'thank you' ang nagligtas sa'yo?" pilyang tanong nito.

"Uhm, ahhh, medyo busy ako ngayon," may pag-aatubiling sagot ni Eunice, "mamaya na lang, siguro..."

"Busy ka? Girl, tapos ka na sa huling pasyente mo ilang minuto na ang nakalipas! Ibig kong sabihin, hindi naman ako masyadong partikular sa mga thank you, pero, Eunice, iniligtas ka ni Tam, kahit na nalagay sa peligro ang sarili niya. Ano ba naman yung, personal kang magpasalamat sa kanya! Kung ako ang nasa lugar mo, agad-agad kong yayakapin si Tam para ipakita ang gratefulness ko. Ano ba'ng problema mo — may nangyari ba na hindi ko alam?"

"S-Siyempre wala!" sagot ni Eunice nang pahapyaw.

"Eh ano pa'ng hinihintay mo?" tanong ni Gina.

"Oo nga, tama ka. Dapat nga akong lumapit at magpasalamat sa kanya."

Tumungo na sana siya sa direksyon ni Ethan nang biglang pumasok si Albert.

"Sheesh!" bulong ni Gina sa sarili. "Ka malas naman! Haaiist, talagang itong gorilyang ito, bwisit sa timing!"

* * * * * * * * * * *

"Babe, buti naman at bumalik ka na sa trabaho," malakas na boses ni Albert ang umalingawngaw. "Nag-aalala na ang management baka nahuhuli ka na sa schedule mo."

"Oh, kamusta ka, Eunice, talaga bang okay ka lang? Pasensya na at ngayon lang ako nakadalaw, sobrang busy ko kasi sa pakikipag-socialize sa mga directors at stockholders!" pabalang na sagot ni Eunice.

Namula sandali si Albert at hindi mapakali bago nakapagbigay ng dahilan.

"Ahh, siyempre, nag-aalala talaga ako sa'yo, sweety pie. Nag-aalala lang ako baka mapagalitan ka dahil baka nahuhuli na ang departamento mo sa workload."

"Hmmp! Huwag kang mag-alala, Albert. Kahit wala ka, nakasunod pa rin kami sa schedule."

"Uh, maganda naman pala..."

Sandaling katahimikan ang bumalot bago biglang sumabog si Eunice.

"Albert, bakit hindi mo ako iniligtas nang atakihin ako ng lalaking 'yon??"

"Babe, kailangan mong intindihin, nasa COVID restricted area ka. Maling-mali kung papasok ako..."

"Nag-aalala ka sa sarili mo? Bakit si Tam, hindi nagdalawang-isip na pumasok at iligtas ako?"

"Sheesh! Isa lang 'yang tauhan mo — isang nobody! Mas importante ako kaysa sa kanya!"

"Eh ako?" mahinang tanong ni Eunice, "Hindi ba't importante rin ako para iligtas mo?"

Natahimik si Albert. Para makalabas sa sitwasyon, gumawa siya ng galit, "Haaiist! Mamaya na lang tayo mag-usap! Sobrang busy ako sa trabaho at wala akong oras para sa kalokohan na 'to!"

Mabilis siyang umalis ng wala man lang paalam. Masamang-masama ang loob na tiningnan ni Eunice ang papalayong imahe nito. Humawak siya sa pader at tahimik na umiyak.

* * * * * * * * * * *

"Doctor Gorospe, okay ka lang ba?"

Nagulat si Eunice ng marinig ang boses ni Ethan. Pinunasan niya ang luha sa kanyang mga mata bago humarap.

"Uhm, oo, Tam, medyo pagod lang pero okay na talaga ako."

Nakita ni Ethan ang pag-uusap nina Eunice at Albert. Kahit sa malayo, kitang-kita niya na nagtatalo ang dalawa. Nakita niya ang pighati sa mukha ni Eunice. Nakita niya itong napasandal sa pader matapos umalis si Albert. Mabilis na kinuha ni Ethan ang clipboard at lumapit sa kanya.

"Hindi ka dapat pumasok sa trabaho agad. Nagsa-suffer ka pa mentally sa nangyari, muntik ka pa ngang mamatay."

"Hindi, okay na talaga ako, Tam. Mas mabuti na rin na nagtatrabaho ako dito kaysa habulin ako ni Mama sa bahay," biro ni Eunice.

Nakita niyang napangiti ito. Ngumiti rin siya pabalik.

"Pero dapat magpahinga ka pa rin," wika niya.

* * * * * * * * * *

Sandaling katahimikan ang bumalot sa kanila. Naputol lang ito nang biglang may nurse na dumaan sa tabi nila.

"Oo nga pala, aalis na ako," sabi ni Ethan habang itinataas ang clipboard sa kanyang kamay. "Tinatapos ko lang ang inventory ng mga supplies natin para sa linggo."

Nagulat siya nang biglang magsalita si Eunice.

"Salamat, Tam, sa pagligtas mo sa buhay ko."

Kahit nagulat, nakasagot pa rin siya, "Ah, wala 'yun, Doctor Gorospe. Kahit sino naman ay gagawin 'yon."

Umiling si Eunice, "Hindi, Tam, hindi lahat ay kayang gawin ang ginawa mo, lalo na't malalagay sa panganib ang sarili mo. Talagang napakatapang mo para pumasok at iligtas ako. Gusto kong malaman mo na lubos akong nagpapasalamat sa ginawa mo...*(Sigh!)* kahit na..."

Hindi natapos ni Eunice ang sasabihin, malungkot niyang tiningnan ang clipboard na hawak ni Ethan, at nagpatuloy, "N-Nagpapasalamat ako na kasama kita bilang kasamahan...at...at, bilang kaibigan. Sana manatili tayong ganito, palagi."

Bago pa man nakasagot si Ethan, mabilis na umalis si Eunice.

* * * * * * * * * * *

Nasa pag-aalanganin pa rin si Ethan nang marinig niya ang boses ni Gina.

"Wow! Ang galing ng move mo, tsong! Ang bilis mag-isip, ah."

"Ano'ng ibig mong sabihin, Doctor Robles?"

Ngumisi si Gina at itinuro ang clipboard na hawak ni Ethan.

"Ah, ito? Uhm, tinatapos ko lang ang inventory ng mga supplies natin para sa linggo at..."

"(Giggle!) Gamit ang blankong papel?" tanong nito bago umalis na tatawa-tawa.

Napahiya si Ethan. Sa kanyang pagmamadaling makalapit kay Eunice, agad niyang hinablot ang ng pinakamalapit na clipboard sa tabi niya. Sa kasamaang-palad, walang laman ang clipboard kundi isang blankong papel.

"Haaiisst! Nakakahiya. Kaya pala tiningnan ni Eunice ang clipboard na parang nagtataka," bulong niya.

Naalala niya ang huling sinabi ni Eunice sa kanya.

"N-Nagpapasalamat ako na kasama kita bilang kasamahan...at... at bilang kaibigan. Sana manatili tayong ganito, palagi."

"Ano kaya ang ibig niyang sabihin? Nahulaan na ba niya ang nararamdaman ko para sa kanya...at pinipigilan na ba niya ito?"

36
Catch-22

"**Eunice, tell me if I am mistaken,**" **tanong ni Gina,** "**bakit parang** iniiwasan mo si Tammy, dear? May something bang nangyayari na hindi ko alam?"

Nabigla si Eunice. Papunta na sana siya sa kantina nang biglang lumitaw si Gina at hinila siya papunta sa isa sa mga mesa malapit doon bago biglang itanong ang kanyang katanungan.

"Ha? Uhm, hindi, hindi...hindi ko iniiwasan si Tam," sagot niya matapos silang maupo, "at bakit ko naman gagawin ang ganung bagay?"

Tiningnan siya ni Gina na parang sinusukat ang kanyang sagot. Nakonsensya si Eunice. Para itago ang kanyang pagkabalisa, bigla niyang sinabi, "Naku, Gina, ano na naman ba ang nasa isip mo? Kung iniisip mo na banta ako sa'yo pagdating kay Tam, hey, relax ka lang — si Tam ay sa'yo at sa'yo lang. Wala akong balak at magiging tanga lang ako kung makikialam ako sa'yo. Hindi talaga!"

Medyo tumawa-tawa pa si Eunice para bigyan ng humor sa sitwasyon, pero hindi nagpaapekto si Gina. Patuloy siya nitong tinititigan nang may kahulugan. Hindi malaman ni Eunice ang gagawin.

Nakahinga siya ng maluwag nang parang may nag-click at nagliwanag ang mukha ni Gina sabay sabi, "Hihihi! Jome lang, bestie! Hihihi!"

Napabuntong-hininga si Eunice. Pero sandali lang iyon.

"Pero seryoso, friend," dugtong ni Gina, "iniiwasan mo ba talaga si Tam? OMG! Matapos niyang iligtas ang buhay mo and everything? Anong meron, sister? Sabihin mo na sa akin, curious lang talaga ako..."

Magsisimula na naman sana si Eunice na magsinungaling nang makita niya ang matalim na tingin ni Gina sa kanya. Nagpasya siyang maging tapat. Nag-alangan siya at lumingon sa paligid. Buti na lang at walang malapit na makakarinig sa kanila.

"N-narinig ko ang pinag-usapan ninyo ni Tam..."

Lumaki ang mga mata ni Gina. Tinakpan niya ang kanyang bibig.

"Ibig mong sabihin..." napaungol siya. "Naku! Ang daldal ko talaga!"

Tumango si Eunice, "Meron na akong malay nung ibinaba ako ni Tam sa kama...at narinig ko lahat ng pinag-uusapan ninyo."

Napapigil hininga si Gina at hindi sinasadyang napatingala.

"Well, at least, everything is now in the open."

* * * * * * * * * * *

Nanatili silang tahimik, bawa't isa ay may malalim ang iniisip. Si Gina ang unang nakabawi.

"Ano na ngayon? Hindi mo naman pwedeng iwasan si Tam palagi."

Tiningnan siya ni Eunice.

"Tingnan mo, Eunice, okay, let's make things clear. Una, may feelings si Tam sa'yo, pero hindi niya ito sinasabi — correct ba?"

Malungkot na tumango si Eunice.

"Pangalawa.Unfortunately, nalaman mo ang tungkol dito kahit na wala namang balak si Tam na sabihin ito sa iyo. Correct, diba?"

Tumango ulit si Eunice pero nanatiling tahimik.

"Pangatlo at ang pinakamahalaga, hindi alam ni Tam, na alam mo na — correct again, diba?"

"Gina, saan ba patungo ang lahat ng 'to...?"

"Eunice, hindi ba pwedeng ituloy mo na lang yung kunwaring hindi mo pa rin alam?"

"Pero may boyfriend na ako."

"Hay naku, Eunice! Hindi ko sinasabing maging close ka kay Tam — pero kung may balak ka, 200% akong sang-ayon..."

Tiningnan siya ni Eunice ng nakakapasong tingin.

"Okay, okay, biro lang! Hihihi! Hoy, sige na, sinusubukan ko lang magpa-lighten ng sitwasyon. Okay, seryoso, Eunice, hindi mo ba pwedeng magkunwari, sabi ko nga, M-A-G-K-U-N-W-A-R-I, okay...na hindi mo pa rin alam ang nararamdaman ni Tam para sa'yo at ituloy lang natin ang dati?"

"Pero bakit?"

"DAHIL KAILANGAN NG DEPARTMENT NATIN SI TAM! Kailangan ko pa bang ispelling 'yan para sa'yo?"

Nagulat si Eunice sa pagalit ni Gina. Muling tumingin siya sa paligid at tiningnan kung mayroong nakakarinig sa kanila. Kaunti lang ang tao sa kantina at walang namang siyang napansin na interesado sa pinag-uusapan nila.

Nagpatuloy si Gina.

"I hate to be blunt and I admit, inaabuso natin si Tam...pero vis-a-vis, kailangan natin siya at magsa-suffer ang ating department kung bigla siyang mawawala. First and foremost, mabilis siyang magtrabaho at walang katapusan ang energy. Idagdag mo pa na mas marami siyang hawak na responsabilidad kaysa sa dalawa o tatlong tao na pinagsama. Kung mawala si Tam ngayon, magiging malaking problema ito sa atin."

"Pero bakit siya aalis...?"

Lumaki ang mga mata ni Gina sa pagkabigla at napasigaw.

"Haaiist! Girl, hindi ko alam kung mababaw ka, walang konsiderasyon, walang pakiramdam o sadyang tanga ka lang. Naturingan ka pa namang matalino pero hindi mo gets ito? *(Scoff!)* Hindi mo ba naiisip ang magiging epekto kung malalaman ni Tam na — AAARRAAYYY!"

"Alam ko, Gina," sagot ni Eunice matapos siyang kurutin. "Yan ang dahilan kung bakit ako nahihirapan ngayon. Alam kong baka magdesisyon siyang umalis kung malalaman niyang hindi ako komportable sa nararamdaman niya para sa akin. At alam ko rin kung gaano kahirap para sa atin kung mawala siya. Nasa catch-22 situation ako...parehong masama ang kahihinatnan kung gagawin ko o hindi."

"Y-Yan ba ang dahilan kung bakit mo iniiwasan si Tam?"

Dahan-dahang tumango si Eunice.

"Kahit gusto kong magkunwaring wala akong alam, masakit din sa akin na alam kong inaabuso ko si Tam. Direkta man o hindi."

"Kaya pala," biglang sabi ni Gina, "sinusubukan mong maghanap ng solusyon sa sitwasyon."

Ngumiti si Eunice at tumango nang bahagya.

Sinampal ni Gina ang kanyang noo.

"Aray! At ako naman dito, sinisisi kita, akala ko iniiwasan mo lang si Tam pero ang totoo, naghahanap ka na pala ng solusyon! Naku, nakakahiya ako!"

"Okay lang 'yan, Gina. Alam kong sinusubukan mo lang tumulong. Uhm, balik tayo kay Tam —paano ka naman? Hindi ba't crush na crush mo siya noong una mo pa lang siyang nakita? Ano na ang nangyari? Dapat galit na galit ka sa akin."

"(Sigh!) Hindi ako magsisinungaling, Eunice. Nasaktan talaga ako noong una kong napansin na sa iyo may tama si Tam. Bakit siya, sabi ko sa sarili ko, eh may boyfriend na siya! At mas maganda pa ako sa kanya, mas masigla, at mas masarap. *(Giggle!)* Biro lang! Pero seryoso, kahit nasaktan ako, I'm old and mature enough para tanggapin ang kapalaran ko. At, para sa iyo...handang-handang ako para umurong."

"Gina, hindi mo kailangang gawin 'yon..."

"Eunice, best friend kita, para na kitang kapatid at gagawin ko ang lahat para maging masaya ka. Bukod pa riyan, marami na akong naging lalaki, kaya sa tingin ko kaya kong mag move-on kay Tammy! Pero tandaan mo ito, fair game lang kung pakakawalan mo si Tam."

"Ano ang ibig mong sabihin?"

"Friend, kailangan ko bang ispelling 'yan para sa'yo? Nagpapakumbaba lang ako dahil ikaw 'yon. Gusto kitang maging masaya. Kung si Tam ang chance mo para makipag-break kay Albert..."

"No, Gina, hindi mangyayari 'yon," matatag na sagot ni Eunice.

Dismayadong tiningnan siya ni Gina nang bago sumagot.

"Okay, okay, desisyon mo 'yan."

Muling nanaig ang katahimikan sa dalawa.

"So, ano ang desisyunan mo tungkol sa sitwasyon mo kay Tam?"

"(Sigh!) Hindi ko pa talaga alam," sagot ni Eunice, "hindi pa ako makapagdesisyon sa susunod kong gagawin. Baka sa mga susunod na araw ay magkaroon na ako ng desisyon. Pero sa ngayon, kailangan ko munang iwasan si Tam hangga't maaari. Pasensya na, pero 'yan lang ang magagawa ko sa ngayon."

Malungkot na tiningnan siya ni Gina.

"Hmmm, sa tingin ko fair enough na 'yan," wika niya, "Ipagpapasa-Diyos ko na lang at sana maging maayos ang lahat."

37
Monkey Wrench

As fate intervened, Eunice didn't even have a day or two to decide.

"Girl, ang aga pa," masiglang sagot ni Gina nang tumunog ang kanyang telepono, "huwag mong sabihin na bumalik ka na agad sa trabaho? Hala, hindi ba't iniwan lang kita doon kagabi..."

"(Ubo!) Gina, para yatang na-infect ako ng COVID-19," sagot ni Eunice

Agad pumasok ang instinct ni Gina bilang doktor.

"Ano'ng nangyari?" tanong niya.

"Kagabi, habang papalabas ako, naiwan ko ang mga susi ko sa mesa. Agad akong bumalik para kunin ito at nakalimutan ko na wala na pala akong mask. Ang mas malala pa, aksidente kong nabangga ang isa sa mga pasyente natin na biglang lumabas ng kwarto. Buti na lang, nakita siya ng isa sa mga nars at inakay siya pabalik sa kanyang kwarto."

"Saan ka ngayon?" tanong ni Gina.

"Hindi na ako umuwi at nag-quarantine na dito sa CoRd. Naitawag ko na rin sa mga nars ang nangyari. *(Ubo!)* Ahhh, hindi ko talaga matanggap na nahawa din ako ng COVID."

"The irony of it," bulong ni Gina. "Huwag kang mag-alala, pupunta na agad ako d'yan. Whatever happens, Eunice, I'm there for you."

* * * * * * * * * * *

Ramdam ni Eunice ang kalungkutan, kasama na ang takot sa pag-iisa. Ang mga nangyari sa mga ndumaang oras ay parang isang blur na lamang. Nang dumating si Gina, siya na ang nag-asikaso kay Eunice upang mai-admit at tuluyang mailagay sa isolation.

Para kay Eunice, parang hindi siya makapaniwala sa nangyayari. Hindi pa rin niya matanggap na siya mismo ay dumaraan sa mga protocol na siya rin ang nagpatupad para sa paggamot ng virus.

Dito rin niya naramdaman ang pagiging isolated at ang mag-isa. Ramdam na niya ang pag-aalala, kalungkutan at ang matinding takot sa mga tanong na hindi kayang sagutin ng iba. Makaliligtas kaya siya?

* * * * * * * * * *

Natanaw ni Eunice si Albert na nakasungaw ang mukha sa isang maliit na salamin habang nakatayo sa labas ng pinto.

Napansin ni Albert na nakatingin siya at sumigaw sa kanya, "Pasensya na, Eunice, pero hindi ako pwedeng lumapit sa iyo. Delikado para sa akin kasi baka mahawa rin ako."

"Naiintindihan ko, Albert. Pero hindi ka ba pwedeng lumapit ng kahit kaunti lang... talagang nag-iisa lang ako dito at sobrang lungkot ang nararamdaman ko ngayon."

"Syempre, gusto ko rin iyon. Pero, uhm, alam mo naman kung gaano kahalaga ang mga responsibilidad ko, marami akong ginagampanan dito sa ospital. Kaya hindi ko kayang gawin 'yun. Sa totoo lang, pinipilit ko lang makakita ng oras para makita ka sa kabila ng schedule ko. Pero, nangangako ako na bibisita sa iyo paminsan-minsan. Pasensya na, Babe. Ay, kailangan ko nang umalis. Nangako akong babalik agad ako pagkagaling ko dito. Bye, Babes!"

Hindi na niya hinintay makasagot si Eunice.

Pinilit ni Eunice na magpapakatatag, pero ang pagwawalang bahala ni Albert sa kanyang kalagayan ay sobrang nagdulot ng lungkot sa kanya. Ngayon pa naman na naghahanap siya ng taong masasandalan, ngayon pa siya pinabayaan ni Albert.

Malapit nang tumulo ang kanyang mga luha nang biglang pumasok sa kwarto si Tam. Kahit na suot ang protective gear, agad niyang nakilala si Tam.

"Hi, Doctor Gorospe!" masigla niyang bati habang tinitingnan ang IV fluid at mga kagamitan sa paligid.

"T-Tam, anong ginagawa mo dito?" gulat na tanong ni Eunice.

"*(Tawa!)* Syempre para sa check-up mo."

"Seryoso, Tam... bakit ka nandito?"

"Uhm, kasi nag-volunteer ako specifically para bantayan ka. Sobrang nag-aalala ang Mama at Papa mo sa'yo kaya sinabi ko na 'wag silang mag-alala at ako ang mag-aalaga sa'yo."

"Uhm, ang bait mo naman, Tam, pero hindi mo na kailangang gawin ito."

"Ay, Doctor Gorospe! Alam mo namang walang ibang pinapayagang pumasok dito, kundi tayo lang," patuloy niya, "kaya't wala namang problema kung aalagaan kita."

"Pero..."

"Hay naku, Doctor Gorospe! Kung yung mga hindi ko nga kilalang tao, inaalagaan ko — IKAW PA na sobrang mahalaga sa akin!"

Namula si Eunice. Nang matanto ni Ethan ang kanyang pagkakamali, mabilis niyang idinagdag, "Uhm, ikaw ang boss namin dito... kaya't hindi ba tama lang na bigyan kita ng special na attention kasama ng ibang mga pasyente dito?"

Hindi maisip ni Eunice kung ano ang isasagot.

Nakita ito ni Ethan at nagpatuloy, "Hindi ko naman pinababayaan ang aking mga tungkulin at responsibilidad, kaya't wala namang masama kung magbibigay ako ng espesyal na atensyon sa'yo... mga magkatrabaho tayo, hindi ba?"

Pinikit ni Eunice ang mata at inisip ang kabigatan ng kanyang sitwasyon. Mula ng malaman niyang may gusto sa kanya si Tam, pinilit niyang umiwas dito. Pero ngayon, wala na siyang ibang choice kundi umasa sa kanya. Napagtanto din niya na dapat siyang maging grateful kay Tam dahil nandiyan siya pra bantayan at alagaan siya.

"*(Sigh!)* Sige, bahala na. Kailangan ko ang lahat ng tulong kung nais kong maka-survive," wika niya sa sarili. Huminga siya ng malalim, binuksan ang mga mata at nagdesisyon.

"*(Sniff!)* Salamat, Tam. Sa totoo lang, talagang lungkot na lungkot na ako, at parang nawawala na ako sa sarili ko. *(Hagulgol!)* Hindi ko naisip, pero nakakatakot talagang nandito at hiwalay sa mundo. Sa totoo lang, natatakot ako na hindi ko makakayanan ang virus na ito."

"Haiist! Ano ba yang melodrama, Doctor Gorospe?" sigaw ni Ethan. "Gagaling ka, period! Isipin mo lang yan. Nangako akong aalagaan kita hanggang gumaling ka at makasali sa isang 42-kilometer marathon."

Hindi napigilan ni Eunice ang ngumiti.

Nakita ito ni Ethan at sinabi, "Ganyan ang spirit, Doctor Gorospe."

Ngumiti pa ulit si Eunice nang bahagya bago naging seryoso ulit.

"Kumusta ka naman, Tam? Alam mo, gaya ng sinabi ko kanina, sobrang nagpapasalamat ako sa pag-aalaga mo sa akin. Pero paano naman ang sarili mo — hindi ba nag-aalala ang mga magulang mo? Kailangan mo ring magpahinga mula rito. Hindi ka pwedeng nandito palagi."

"Wag kang mag-alala tungkol sa akin, Doctor Gorospe, I'm taking care of precautions para hindi ako mahawa sa virus. Lagi rin akong tumatawag sa parents ko at para alam nila ang sitwasyon ko. Siniguro ko rin sa kanila na nag-iingat ako."

"H-How about your lovelife... I mean, your social life with your friends and uhm... special friends?"

Hindi napigilan ni Tam ang matawa.

"Haaiist, tigilan mo na yang pag-aalala mo tungkol sa akin — ayos lang ako, okay? Ang mahalaga ngayon ay ikaw magpakatatag at gumaling. Please, isaisip mo 'yan, Doctor Gorospe — iyon ang pinakamahalaga."

38
Unconditional Love

Dahil sa patuloy na pag-aalaga ni Ethan kay Eunice, hindi na nito kayang itago ang kanyang nararamdaman. Tuwing araw at gabi, nariyan siya upang magbigay ng aliw, suporta, at kumpanya. Araw-araw ay naandoon siya, always present tuwing may libreng oras. Binabasahan niya si Eunice nang mga paborito nitong pocketbooks, dinadalhan ng mga paboritong snacks, at pinapalakas ang loob habang nasa isolation.

Hindi siya kailanman nagreklamo, kahit minsan ay nagiging iritable at impatient si Eunice nang walang dahilan.

"Pasensya na, Tam, kung lagi na lang akong nagagalit ako sa'yo nang wala namang dahilan," madalas niyang sinasabi. "Lagi na lang masama ang mood ko, iritable, nagagalit..."

"Haaiist! Huwag mong isipin yun, Doctor Gorospe," sagot ni Ethan. "Dahil lang sa virus kaya ka nagiging ganyan. Epekto lang yan at naiintindihan ko."

Minsan, bumisita si Albert sa kanya pero nanatiling nasa labas ng pintuan at nagpakita lang nang ilang sandali. Magwe-wave ito at ngingiti pero hindi ito lumalapit sa kanya.

"(Sigh!) Nakakalungkot naman," sabi ni Eunice sa sarili, dismayado. "Nakasuot na nga siya ng PPE pero takot pa ring pumasok sa loob ng kwarto."

Sa kabila ng kanyang pagkadismaya, pilit pa rin niyang pinagtatakpan ang mga kakulangan ni Albert.

"O-Oo nga pala, natatakot siyang mahawaan. Sino ba namang hindi? Bukod pa doon, marami siyang responsibilidad sa ospital. Bakit ba ako nagiging selfish..."

* * * * * * * * * * *

"Kumusta ang aking paboritong pasyente?" masayang bati ni Ethan habang tinitingnan ang chart ni Eunice. "Wow, laging nagi-improve ang condition mo everyday!"

Nalungkot si Eunice at hindi na maiwasan ang paghahambing kay Albert at Ethan. Pero pilit pa rin niyang itinatanggi ito.

"(Hikbi!) Bakit ko sila pinaghahambing? Hindi tama, at hindi ko dapat ginagawa 'yan. Hindi yata makatarungan kay...Albert..."

Napansin ni Ethan ang lungkot ni Eunice at agad na nagsalita, "Hala, bakit ganyan ang mukha mo? Akala mo ba nakalimutan kong magdala ng regalo? Well, nagkakamali ka diyan!"

Bigla niyang ipinakita niya ang isang bouquet ng dilaw na rosas na nakatago sa kanyang likod.

"Tah-dah! Isang bouquet ng fresh na dilaw na rosas para sa aking *(love)* uhm, boss, para magbigay saya sa kanyang araw!"

Naluha si Eunice nang makita ang dilaw na rosas.

"Hu! Hu! Hu! Bakit hindi kayang gawin ito ni Albert?" tahimik niyang iyak. *"At bakit si Tam pa ang gumagawa ng lahat ng ito?"*

"Ngek! Doctor Gorospe, Doctor Gorospe, anong nangyari? Hindi mo ba gusto ang dilaw na rosas? Kung gusto mo, bibili ako ng paborito mong tsokolate..."

Lalo pang lumakas ang iyak ni Eunice.

"Haaiist! Ano bang nagawa kong mali?"

* * * * * * * * * * *

Madalas makita ni Eunice si Ethan na nakasalampak sa sahig sa labas ng kanyang kwarto. Araw-araw, pagkatapos ng kanyang shift, magpapaalam siya at mag-kukunwaring umalis na, pero kadalasan ay makikita niyang nasa labas lang at nagbabantay.

Isang beses, tinanong niya si Ethan tungkol dito. Tumawa lang ito at sinabing nagkakamali lang siya.

"Eh, baka yun ibang orderly o volunteer," sagot sa kanya. "Nagkakamali ka lang."

"Talaga ba? Eh bakit parang ikaw..."

"Doctor Gorospe, kasalanan ko ba kung sobrang pogi ko? Kaya siguro, tuwing may makita kang gwapong orderly, ako ang naiisip mo!"

"(Giggle!) Hindi ka naman mayabang ano?"

"Hahahahaha!"

****

Tuwing oras ng pagkain, napapansin ni Eunice na may idinadagdag sa kanyang pagkain. Minsan may steak, minsan malaking piraso ng manok, o kaya naman isang bowl ng paborito niyang sopas, cake, o kahit croissant. Tinanong niya si Ethan tungkol dito at sasabihin niyang kasama ito sa menu.

"Sigurado ka ba, Tam, na kasama itong peach mango pie sa ration ko?"

"Huh! Oo naman, Doctor Gorospe! Pareho lang ang meal mo sa ibang pasyente."

"Pero hindi ba't medyo sobra ang peach mango pie?"

"Doctor, gusto namin na makakain ng maayos ang mga pasyente namin dito sa department natin, para mabilis silang gumaling. Hindi ba't sulit na sulit yang pagkain?"

Alam ni Eunice na nagsisinungaling si Ethan pero wala siyang magagawa. Nasisiguro niya na hindi kaya ng kanilang budget ang mga dagdag na pagkain sa menu.

"O-Oo nga," sagot na lang ni Eunice.

****

"Ethan, saan galing ang basket ng fresh fruits — pati na rin ang mga kahon ng gatas, itlog, at dark chocolates?"

"Uhm, yun? Siguro yung iba galing sa Mommy mo, at yung iba naman ay mula sa mga kaibigan mo."

"Kaibigan? Sino?"

"Aah, nakalimutan kong itanong. Nagmamadali kasi sila, kaya hindi ko na nakuha ang mga pangalan nila. Huwag kang mag-alala, Doctor Gorospe, kapag dumaan sila ulit, hihingi ako ng ID nila, pati na rin ng birth certificate at voting registration. Sakto ba yun? Gusto mo pa ng marriage certificate nila kung may asawa sila? Hahahaha!"

Alam ni Eunice na tinililihis lang ni Ethan ang usapan, pero wala siyang magawa.

"*(Sigh!)* Sige na nga..."

Kahit si Gina ay hindi siya matulungan. Nang tanungin niya tungkol sa mga regalo, parang wala itong alam at nangingiti lang.

Tinawagan pa niya ang kanyang Mommy at tinanong kung siya nga ang nagpapadala ng mga natatanggap niya. Bagaman halatang nagulat, inamin nito na siya nga ang nagpadala.

"Huh? Talaga bang galing kay Mommy? Parang nagulat pa siya nung nabanggit ko ang mga padal, na parang hindi niya alam. Pero bakit inamin niyang siya ang nagpadala...aaiiiie, ano ba 'to – pati si Mommy pinagdududahan ko na!"

Hindi alam ni Eunice na humingi na ng permiso si Ethan sa kanyang ina para magdala sa kanya ng mga pagkain at iba pang mga bagay. Bagaman nag-aalangan ang Mommy niya, napapayag siya ni Ethan dahil para ito kay Eunice.

"Bakit mo bibigyan ng mga pagkain ang anak ko pero tapos ay sasabihin mong galing sa amin?" tanong ng Mommy niya. "Hindi ko yata maintindihan. Ano bang binabalak ninyo?"

"Wala po kaming balak, Mrs. Gorospe," paliwanag ni Ethan. "Si Doctor Gorospe po ang head ng CoRD. Lahat kami ay nagmamahal sa kanya at gusto lang namin na gumaling agad siya."

"Ah, ganoon ba, pero bakit kailangan mo pang magsinungaling?"

"Ie-explain ko p," paliwanag ni Ethan. "Alam niyo po ba na napaka-stubborn at hardheaded ng anak nyo?"

"(Giggle!) Oo, oo, alam ko 'yan!"

"Kaya may mga pagkakataon na gusto naming pasayahin siya sa pamamagitan ng favorite n'yang food, pero ayaw niya ito tanggapin."

"Bakit?"

"Hindi kasi niya gusto yung nag-alala kami, kasi karamihan sa amin ay mga contractual o volunteer employees. Kahit may sakit siya, kami pa rin ang iniisip niya."

"Ganun ba?"

"Opo! Kaya nga po gusto naming isipin niya na galing sa inyo ang mga ibinibigay namin sa kanya...syempre po with your permission. Kung gusto niyo pong magpadala ng sarili niyo, mas mabuti pa. Sigurado po kami na sa huli, makakatulong sa paggaling ni Doctor Gorospe ang mga ginagawa namin."

"Ah, kung ganun," kumbinsidong sagot ng Mommy, "ibinibigay ko sa inyo ang aking pahintulot."

39
Wala Nang Sekreto

Buti na lang at mabilis na nakarekober si Eunice mula sa COVID nang walang anumang komplikasyon. Sabi ng mga doktor, malaking bagay ang maagang pagtukoy sa sakit at ang agarang gamutan kaya mabilis siyang gumaling.

Pagkalabas niya ng ospital, hindi muna siya dumiretso sa bahay. Pumunta siya sa maliit na kapilyang malapit sa ospital para magdasal.

"Lord, salamat po sa pangalawang buhay na binigay n'yo sa akin. Pangako, gagamitin ko ito nang tama at tutulong ako sa mga nangangailangan. Hinding-hindi ko po sasayangin ang pagkakataong ito."

Nag-sign of the cross siya at lumabas ng kapilya, medyo mabigat ang dibdib—hindi dahil sa sakit kundi dahil may bumabagabag sa isip niya.

* * * * * * * * * * *

Para kang bumunot ng balahibo sa ilong ng isang natutulog na dragon—gano'n ang drama ni Albert habang pinipilit siyang isama ni Eunice pauwi. Halatang wala siyang gana, pero wala siyang magawa.

"Naku, Eunice, bakit mo ba kasi kinausap mismo ang Director para lang payagan akong ihatid ka?" reklamo ni Albert habang pasimpleng tumataas ang kilay. "Grabe, napahiya ako doon!"

"Oh, eh di wow! Eh ikaw naman ang nagsabi na hindi mo ako masasamahan dahil sa boss mo. Pasensya na, Albert, pero kaibigan ko ang Director. Ano, magpapakipot pa ako?" sagot ni Eunice na may kasama pang irap.

"Aarrggh! Pero naman, hindi patas 'yun!" halos mapunit ang upuan ng sasakyan sa gigil ni Albert.

"Huy, huwag mo akong daanin sa paawa effect, ha? Kaninang umaga pa kita kinukulit, puro ka na lang iwas. Hindi ba't ikaw mismo ang nangako na sasamahan mo akong umuwi?"

“Ugh! Oo nga, alam ko, babe, pero bigla kasi akong nagkaroon ng importanteng lakad.”

“At ano naman ang ‘importanteng lakad’ na ‘yan?” usisa ni Eunice, nakataas ang kilay.

Hindi agad nakasagot si Albert. Napakamot siya ng ulo at napalunok nang malalim.

“Eh kasi...bakit ko pa ba ipapaliwanag sa ‘yo?” biglang irap niya. “At bakit hindi mo na lang pinasundo ang Tatay mo, ha? Imbes na ako pa ang inabala mo!”

Tumaas ang dugo ni Eunice, pero nag-inhale-exhale muna siya. Hindi pwedeng sumabog. Hindi pa tamang panahon.

“Alam mo, gusto sana ni Daddy na sunduin ako, pero kakagaling lang niya sa lagnat. Ayoko siyang mahawa o mapagod. At saka, sinabi ko naman sa ‘yo nang maaga, hindi ba? O nakalimutan mo na?”

“Hay, oo na, ikaw na ang panalo!” at nag-mura ito sa sobrang inis.

Tumahimik silang dalawa pagkatapos no’n. Kahit full blast ang aircon ng sasakyan, parang may init na bumabalot kay Albert. Naliligo na siya sa pawis.

Napansin ni Eunice ang butil-butil niyang pawis at napakunot-noo.

“Bakit ka nga pala nakasuot pa rin ng PPE suit? Eh pauwi na lang naman tayo.”

“Para lang sure, babe,” sagot nito na parang balot sa kaba.

“Sure? Albert, clear na ako sa COVID. Hindi mo ba narinig?!”

“Eh mas okay na ‘yung nag-iingat, love.”

Eunice rolled her eyes. “Ikaw ba talaga ang doktor dito o ako? Kung dineklarang COVID-free na ako, ibig sabihin, wala na akong virus! Hindi mo na ‘to makukuha!”

“Oo nga, pero... mas mabuti na ang sigurado,” sabay iwas ng tingin ni Albert.

“Aaarrghh! Ang imposible mo talaga!” sigaw ni Eunice.

Kapwa na lang sila tumahimik habang nasa biyahe.

* * * * * * * * * *

Sa totoo lang, hindi naman kailangang si Albert ang maghatid kay Eunice. Pwedeng si Mommy. Pero ayaw niyang bigyan ng pagkakataon si Ethan na mag-volunteer. Kaya kahit na parang mabigat sa loob niya, pinili niya si Albert.

"Pasensya na, Tam. Pero si Albert ang boyfriend ko. Siya dapat ang kasama ko."

Nang patungo na siya sa sasakyan, parang may natanaw siyang pamilyar na mukha malapit sa pasukan ng ospital. Napalingon siya.

Pero wala naman.

"Nag-iimagine na lang ba ako? Pero sigurado akong nakita ko siya kanina..."

Napailing siya at napabuntong-hininga.

"At bakit naman siya pupunta rito? Ang kapal ko naman kung iniisip kong nandito siya para lang makita ako!"

Pero hindi niya maitatanggi—may kirot siyang naramdaman. Hindi pa man niya nagagawang magpasalamat nang maayos kay Ethan, heto siya at umiiwas na naman.

"Mas mabuti na siguro 'to. Kaysa naman umasa siya. Baka sakaling mapagtanto niyang ginagamit ko lang siya... at baka mas mabuting iba na lang ang mahalin niya."

Sa hindi kalayuan, isang pigil na hininga ang iniwan ni Ethan. Nakatayo siya sa isang gilid, tahimik na pinagmamasdan ang papalayong sasakyan ni Eunice.

At pagkatapos, wala na siyang nagawa kundi ang tumalikod at bumalik sa ospital.

* * * * * * * * * * *

Pagkababa ng mga gamit ni Eunice, hindi na nagpaalam pa si Albert. Isinara lang niya ang pinto ng sasakyan at humarurot ng mabilis. Wala man lang goodbye kiss o kahit simpleng wave.

Napailing si Eunice habang pinagmamasdan ang papalayong sasakyan.

"Hay life. Ang gulo-gulo mo."

Bumitbit siya ng malalim na hininga, kinuha ang kanyang mga bag, at pumasok sa loob ng bahay.

"Anak!" sigaw ng kanyang ina sabay yakap ng mahigpit.

"Mommy!"

Nag-iyakan sila sa yakapan, puno ng pasasalamat at pangungulila.

Pagkaraan ng ilang minuto, nagkape sila sa sala at nagkwentuhan tungkol sa mga nangyari sa ospital.

"Hmm, nasaan si Daddy? Hindi ba sabi mo, may sakit siya?"

"Nasa opisina. Pero huwag kang mag-alala, pinasabay ko siya kay Mang Baste. May inaasikaso lang siya pero uuwi siya bago maghapunan."

"Buti naman. Miss ko na si Daddy!"

"At alam mo ba, miss ka rin niya! Sabi nga niya, gusto ka niyang makitang nakapambahay lang at nagpapahinga. At ang pinaka-miss niya? Yung kape mo!"

Napatawa si Eunice.

"Si Daddy talaga! Parang bata pa rin ang tingin sa akin. Pero sige, pagdating niya, gagawan ko siya ng pinakamasarap na kape!"

"Alam kong matutuwa siya niyan."

Naalala bigla ni Eunice ang mga pagkaing natanggap niya sa ospital.

"Mom, salamat pala sa pagpapadala ng pagkain, tsokolate, at kung anu-ano pa. Ang laking tulong no'n sa morale ko!"

Pero napansin niya ang biglang pag-aalangan ng ina.

"Mom, may tinatago ka ba?"

Napakamot si Mommy at bumuntong-hininga.

"Eh kasi anak... hindi lang ako ang nagpadala. Mga kasamahan mo rin sa ospital. Sila nina Tam...gusto ka lang nilang pasayahin."

"Si Tam?"

Tumango si Mommy.

Napatingin si Eunice sa malayo. *"Si Tam na naman... and why am I not surprised?"*

Pumasok siya sa kanyang kwarto, puno ng hinagpis

"Pasensya na, Tam... Alam kong ang dami mong ginawa para sa akin. Pero huli ka na dumating sa buhay ko."

40
Wala Nang Urungan 'To!

Hindi makatulog si Eunice. Paulit-ulit siyang gumugulong sa kama, parang lumpiang hindi maayos ang pagkakabalot. Pinikit niya ang mga mata, nagbilang ng tupa, nagdasal, pero wala—ang antok ay parang ex niyang hindi na bumalik.

Sa huli, sumuko siya. Kinuha ang cellphone at tinignan ang mga messages. Pag-scroll niya, napakunot ang noo niya—may mensahe si Ethan.

"Ha? Kailan pa 'to?" Tiningnan niya ang petsa. "Aba, tatlong linggo na pala! Jusko, baka nga nakalimutan na rin niyang nag-message siya!"

Napangiti siya nang bahagya, pero kasabay noon ang kaunting kaba. Napabuntong-hininga siya at tuluyang binuksan ang mensahe.

Ethan: Hi! Ang tagal na. Kumusta ka na?

Napailing si Eunice. "Ethan, bakit ka pa dumaan sa tahimik at payapa kong buhay? Parang bagyo ka lang na akala ko tapos na pero may *eye of the storm* pa pala!"

Nag-isip siya kung sasagutin ba o ibaba na lang ulit ang phone at magkunwaring *seen zone* expert. Pero bago pa siya magbago ng isip, bumaba na ang mga daliri niya sa screen.

Eunice: Okay lang ako.

Saktong may kumatok sa pinto.

"Eunice, luto na ang lunch!"

"Coming, Mom!"

****

Pagbalik niya sa ospital, nagulat siya sa welcome party na akala mo ay OFW siyang sampung taon na sa abroad. May balloons, may tarpaulin pa na parang pang-birthday, at halos lahat ng staff ay nandoon, kasama pati mga pasyente na kumakaway mula sa likod ng salamin.

Bigla niyang naramdaman ang init sa mata—hala, iiyak na ba siya? Huwag naman, baka matunaw ang eyeliner niya! Pero wala na, sumabog na ang emosyon.

"Girl, bakit ka umiiyak?!" tanong ni Gina, sabay tawa. "Hindi ka ba masaya na makita kami? Kita mo 'to, buong *barrio* ng ospital nandito!"

"(Shiff!) Grabe kayo, Gina! Na-*touch* lang ako! Akala ko kasi, galit pa rin ang iba sa'kin dahil sa kung paano ko hinandle 'yung department natin. Hindi ko in-expect na ganito ang magiging welcome ninyo!"

"Galit? OMG, bakit kami magagalit sa 'yo? Alam mo bang ikaw ang dahilan kung bakit maayos ang sistema rito? Kung wala ka, baka nag-mutate na 'yung files namin at may sarili nang buhay!"

Nagkatawanan sila bago nagyakapan ng mahigpit. Sa gilid ng eksena, nandoon si Ethan, tahimik na nakatingin. Nag-abang siya ng kahit maliit na tango o tingin mula kay Eunice—kahit man lang *eyelash flick*—pero wala. Ni hindi siya nag-react na andoon siya.

Para siyang napako sa kinatatayuan niya. Mukhang *welcome* si Eunice sa lahat... maliban sa kanya.

* * * * * * * * * * *

Sa break room, nakaupo si Eunice, malalim ang tingin sa kape niya na parang may sagot ito sa lahat ng problema niya sa buhay. Hindi nakaligtas kay Gina ang mala-*teleserye* niyang expression, kaya sumalampak ito sa upuan sa harap niya.

"Uhm... ano?" tanong ni Eunice, kita ang pagdududa sa mukha.

"Uhm... wala lang," sagot ni Gina, pero halatang may laman. "Parang may bumabagabag sa'yo. Spill the tea, sis."

"Ha? Wala naman. Ano ka ba."

Tahimik. Yung tipong maririnig mo ang *background music* ng isang *dramatic scene* sa K-drama.

"Ano ba, Gina, 'wag kang ganyan!" napakamot siya sa noo.

Sa wakas, bumwelo si Gina. "Alam mo, hindi ito tungkol sa akin. Tungkol 'to sa'yo... at kay Tam."

Nanlaki ang mata ni Eunice. "Aba, bigla naman si Tam?"

“Gaga, obvious naman! Simula nang bumalik ka, hindi mo man lang siya kinakausap. Parang may *Great Wall of China* sa pagitan ninyo!”

Napabuntong-hininga si Eunice. “Gina, mabait si Tam. Kahit noong may sakit ako, nandoon siya. Hindi niya ako iniwan, kahit na alam niyang may boyfriend ako. Hindi ko nga alam kung paano ko siya pasasalamatan.”

Tumango si Gina, halatang inuunawa ang sitwasyon. “So, anong problema?”

“Ang problema? Ako. Kasi, Gina... parang ang gulo. Alam kong hindi tama, kaya nilalayuan ko siya.”

“Paano mo nasabing mali, kung wala ka pang nililinaw?”

Hindi agad nakasagot si Eunice.

Hinawakan ni Gina ang kamay niya. “Alam kong gusto mong umiwas para hindi na lang may masaktan. Pero hindi *end of the world* ‘yan, bes. Ang pag-usapan ‘yan, *face-to-face*, hindi *face-to-back*!”

Natawa si Eunice sa sinabi ng kaibigan. Sa totoo lang, tama siya.

“Sige na nga. Kakausapin ko si Tam. Sana lang hindi niya ako ibato sa basurahan.”

Ngumiti si Gina, puno ng suporta. “Mabait si Tam. Kahit ano pa ‘yan, kakayanin niya. At ikaw rin. Basta, andito lang ako, ha?”

Huminga ng malalim si Eunice. Para siyang nabunutan ng tinik sa dibdib.

“Salamat, Gina. Kailangan ko ‘yan.”

Tumayo si Gina at hinila siya. “O siya, enough with the drama! Balik-trabaho na tayo. Marami pang buhay ang kailangang sagipin—at ‘wag mong kalimutang isa diyan ang sa’yo!”

41
Stop Na Ang Pagkukunwari

Habang nagmamadali si Eunice sa hallway, bigla niyang nabangga si Tam. "Ay, 'yown! Sorry, Tam! 'Di kita nakita, lutang mode ako eh," sabi niya habang nagkakandarapa sa pagbalanse.

"Walang problema, Doc G!" sagot ni Tam na parang laging may kiliti sa boses. "Kamusta ka na? Dapat nasa bahay ka lang nagpapahinga 'no? Baka pagalitan ka ni Mama Earth sa pagiging pasaway mo!"

"Eto, buhay pa naman," hirit ni Eunice na may halong hikbi sa tawa. "Sobra-sobra na 'yung pahinga ko, parang naging potato coach na nga ako eh." Napatingin siya sa paligid—walang tao. Swak na swak. "Tam, pwede ba kita makausap? Sandali lang?"

Tumango si Tam, ramdam na may ibubuga ito. "Sige, ano'ng meron? May secret recipe ka bang ishe-share?"

Huminga nang malalim si Eunice. "Salamat sa lahat, Tam. Alam kong araw-araw kang nandiyan nung may sakit ako. Sobrang laking tulong nun para sa'kin. 'Di ko alam kung paano ko babayaran 'yun."

"Ah, 'yun lang?" pabirong sagot ni Tam. "Part 'yan ng Tam™ package—free care, no charge! Baka may warranty pa 'yan, check mo sa receipt mo."

Pero seryosong-seryoso si Eunice. "Huwag mo 'kong gawing tanga, Tam. Alam kong may gusto ka sa'kin... at alam mong alam mo 'yun."

Biglang nag-freeze si Tam, parang na-spam ng realizations.

"(Sigh!) Oo, tama ka...siguro tama lang na aminin ko na ito. May gusto ako sa'yo. Sobra. 'Di ko kayang tiisin na may sakit ka, na mag-isa ka. Pero okay lang, 'di mo kailangan sagutin 'yun."

Sumikip ang dibdib ni Eunice. "Alam ko, Tam... pero may boyfriend na ako. Si Albert. Mahal ko siya, at... 'di ko kayang lokohin siya."

Tumango si Tam, pero halatang may pighati. "Gets ko, Doc. Promise. 'Di kita pipilitin. Basta masaya ka, okay na 'ko."

"Tam, mahalaga ka rin sa'kin—"

Pero 'di na nakapagpatuloy si Eunice. Pumiyok ang boses niya, at bigla na lang umagos ang luha. Sinubukan niyang itago, pero huli na.

"Shhh, 'wag ka ngang iiyak," biro ni Tam, pero halata ring nasasaktan. "Ako na ang mag-aadjust. 'Di ko lalabagin ang boundaries mo, promise. Basta... ingat ka palagi, 'no?"

"Thank you, Tam... sana mahanap mo 'yung para sa'yo," bulong ni Eunice habang papalayo.

Pagkatalikod niya, bumuhos na ang luha. Alam niyang tama ang desisyon niya, pero bakit parang mali?

* * * * * * * * * *

Sa mga sumunod na araw, awkward sila ni Tam—parang may invisible wall na 'di mapag-usapan. Pero professional pa rin si Tam, kahit heartbroken. Kahit si Gina, 'di makapaniwala sa nangyari.

Isang araw, biglang sumulpot si Albert sa department nila, mayabang na naka-white coat at stethoscope pang-fashion statement. "Eunice! Nominated ako for Young Doctor of the Year!" sigaw niya, parang may megaphone sa bibig.

"Wow, congrats, Albert," pilit na ngiti ni Eunice. Mabilis siyang nilingon si Tam, pero poker face lang ito.

"Oo, tama ka!" dagdag ni Albert. "Kasi ako, may vision eh. 'Yung iba kasi, chill lang. Walang grit!"

Biglang sumingit si Gina: "Oo nga, Albert. 'Di lahat kasing-galing mo. 'Yung iba kasi, trabaho lang ng maayos, 'di nagpapadala sa fame."

'Di naawat si Albert, tuloy lang sa pag-yabang. Pero si Tam, napangiti sa sarcasm ni Gina.

* * * * * * * * * *

Kinabukasan, nakita ni Eunice si Tam sa supply room. "Tam, salamat sa lahat ng tulong mo dito. Sobrang valuable ka sa team," sabi niya nang mahina.

Tumingin si Tam, may lungkot sa mata. "Salamat, Doc. Malaking bagay 'yun para sa'kin."

Biglang sumigaw si Albert sa hallway: "Eunice! Andito na si Dr. Santiago! Meet-and-greet tayo!"

"Aalis na ako," bulong ni Eunice.

Tumango si Tam, pero ramdam niya—may mga salitang 'di na masasabi.

* * * * * * * * * *

Nung linggo ng party ni Albert sa ospital, todo kayabangan mode siya. Pinili pa talaga ang venue malapit sa department ni Eunice para feeling VIP. "Alam kong busy kayo, kaya dito na lang para easy access sa inyo!" sabi niya kay Eunice. "Pwede rin kayong mag-assist sa program, 'no? Para team effort!"

Napailing na lang si Eunice pero nagpabaya na lang kahit alam niyang ginagamit lang sila ni Albert para may mag-assist sa kanya.

Sa party, todo papuri si Albert sa sarili habang si Tam, nasa tabi-tabi lang. Nilapitan siya ni Gina. "Tammy, bakit 'di ka sumali sa contest? Baka ma-outshine mo si Albert eh," biro niya.

Tawa lang si Tam. "Naku, 'di ko kaya ang level niya. Ako, low-key lang."

Samantalang si Albert, todo schmooze sa mga big bosses. "Eunice, meet Dr. Smith—head ng cardiology!" pakilala niya, kunwari close sila.

Piliting ngumiti si Eunice. "Uh, nag-meet na kami, Albert."

Pero habang nagpapanggap si Albert, naiisip ni Eunice—si Tam, kahit heartbroken, genuine pa rin.

* * * * * * * * * *

Habang nag-uusap si Gina at Tam, napansin ni Tam na may isang bisita na papalapit sa kanyang direksyon. Agad niyang nakilala si Anthony, isang kliyente mula sa kanyang kumpanya.

"Uhm, Doctor Robles, pasensya na, sandali lang."

Hindi na naghintay si Tam ng sagot mula kay Gina at nilapitan ang bisita.

"Hoy, Ethan, anong ginagawa mo dito?"

"Shhh, please, pakibaba ang boses, Anthony," bulong ni Tam, iniiwasan ang marinig ng iba.

"Ano to? Parang may lihim ka yata?"

"Puwede mong sabihing nasa isang covert mission ako para iligtas ang mundo," sagot ni Tam na may kasamang biro.

"Nakuha ko na, Agent Designer 007. Sekreto mo'y ligtas sa akin."

"Salamat, Agent... uhm, ano nga palang code name mo?" tanong ni Tam na tumatawa.

"Agent Loyal — loyal customer ng design company ni Ethan," sagot ni Anthony, ang ngiti ay malawak.

"O sige, Anthony, huwag mo naman akong ibisto. Ang kaligtasan ng sangkatauhan ay nakataya rito," joke ni Tam, sinusubukang magaanin ang usapan.

"Tama, tama. Secret, Ethan. Pero seryoso, top-notch ang mga design mo. Excited na akong makita kung ano pang ipapakita mo sa mga susunod na proyekto."

"Salamat, Anthony. Tandaan mo, kung may magtatanong sa iyo, ako lang ay isang karaniwang volunteer dito sa ospital."

"Gets ko, Ethan. Silent mode ako, guaranteed. Ngayon, mag-snack tayo bago tayo lamunin ng gutom ng mga tiyan natin," suhestiyon ni Anthony, masaya nang lumipat ng paksa.

"Agree. Panatilihing lihim ang misyon, at busog ang tiyan."

Habang naglalakad palayo, hindi nakaligtas kay Tam ang sulyap ni Gina. Napansin niyang diretso itong nakatingin sa kanila. Nagkatinginan sila, at ipinakita ni Gina ang isang palihim na ngiti at kindat na may kasamang "I'm on to you" mode.

* * * * * * * * * * *

Isang umaga, habang binabalikan ni Eunice ang mga chart ng pasyente, nilapitan siya ni Tam na may pag-aalangan sa kanyang ngiti.

"Uhm, Doctor Gorospe, gusto mo bang magkape tayo?"

Nag-atubili si Eunice, nararamdaman ang bigat ng kanilang komplikadong nakaraan. "Pasensya na, Tam. Hindi ko yata kayang... uhm, okay."

Tumango si Tam, ang ngiti ay nabawasan. "Oo, naiintindihan ko. Kalimutan mo na lang."

Hindi nila napansin na nakamasid si Gina sa kanilang pag-uusap na may kasamang simpatiya at pagkadismaya. Kitang-kita niya ang spark sa pagitan ng dalawa.

Nang sumunod na hapon, nagkataon na mag-isa si Gina sa break room kasama si Tam.

"Tam, pwede ba kitang tanungin?"

Tumingin si Tam mula sa mga papel, naguguluhan. "Sige, Doctor Robles. Ano'ng nasa isip mo?"

Nag-aalangan si Gina, pinipiling mag-ingat sa bawat salitang bibigkasin. "May nararamdaman ka pa ba para kay Eunice?"

Lumambot ang ekspresyon ni Tam, ang mata ay malayo ang tingin. "Hindi ko na kayang itanggi...oo, may nararamdaman pa rin ako para sa kanya."

Tumango si Gina.

"Naiintindihan ko, Tam. Pero baka nakakalimutan mo...siya ay kay Albert na, at, sigh, alam mo na...mga bagay na mahirap bitawan."

"Naiintindihan ko, Doctor Robles."

42
Humahabol Na Kahapon

Sa tagal ng panahon, nalimutan na ni Eunice bisitahin ang FB account niya. Minsang may oras siya, nag-decide siyang mag-scroll dito. Laking gulat niya ng nag-pop ang message ni Ethan.

hey there! long time no hear. how have you been?

Agad naman siyang nag-reply.

I'm good. it's so good to hear from you. trying to get back to the new normal because of the pandemic.

...

same here. It's been tough, but I'm grateful that somehow there's finally a light at the end of the tunnel.

...

yes, that's exactly my sentiment. even though we hadn't met at all, knowing you're okay means a lot to me.

...

ditto!

...

bye!

...

bye!

43
Ang Simula Ng Wakas

Nagulat si Eunice nang marinig ang malalakas na sigawan sa labas ng kanyang opisina. Mabilis siyang lumabas at nakita sina Albert at Tam na nagbabangayan.

Agad siyang sumingit sa pagitan nila.

"Tumigil kayo, tumigil kayo! Hoy, anong klaseng sigawan ito?" sigaw niya. "Grabe! Kinakabahan na ang mga pasyente!"

Si Albert ang unang nagsalita. Itinuturo niya si Tam nang may galit.

"Haarruump! Puwede ba, sabihin mo sa tanga na 'yan na tigilan ang paghadlang sa akin para makuha ko ang gamot na kailangan sa department ko!"

"Doktor Gorospe," reklamo ni Tam, "hindi ba't mali naman na kumuha siya ng gamot mula sa department namin nang hindi dumadaan sa tamang proseso?"

"Nako, ano'ng nangyayari, Tam, Albert?" tanong ni Eunice na naguguluhan.

"Doktor, ang taong ito," paliwanag ni Tam, "ay gusto sanang makakuha ng gamot nang walang tamang permiso. Binubuli niya ang pharmacist na naka-duty, tinatakot para ibigay ang gamot. Kaya pinigilan ko siya."

"Ha! Hindi ko ba sinabi sa'yo na darating din ang request?" mariing iginiit ni Albert. "Aaarrghh, isa ka lang na mababang nilalang dito, hindi ka dapat nakikialam sa mga ganitong bagay! Ang laki ng insubordination mo!!!"

Bago pa lumala ang sitwasyon, hinila ni Eunice si Albert sa gilid at kinausap siya.

"Albert, ano ba itong ginagawa mo? Alam mo namang hindi mo pwedeng basta-basta kunin ang gamot mula sa department namin nang walang permiso. Bakit kailangan mo pang kumuha dito? Pumunta ka na lang sa stockroom at doon mag-request."

"Aww, babe, talagang nagmamadali ako...talaga namang importante," paliwanag ni Albert, "kaya naisip ko na dito na lang kunin. Alam kong maiintindihan mo."

Ang totoo, nagyayabang si Albert sa isang big time na bisita na malaki ang kontribusyon sa ospital. Nagrereklamo ito na hindi siya makabili ng gamot dahil nakalimutan niyang dalhin ang reseta. Si Albert ay buong tapan na nagsabi na siya na ang bahala. Tiniyak niya sa bisita na makakakuha siya ng gamot agad.

Dahil alam niyang may gamot doon, dumiretso si Albert sa CoRD at tinakot ang pharmacist para ibigay ang gamot. Lusot na sana siya pero inawat siya ni Ethan.

"Albert, alam mo naman na ang mga gamot namin ay para lang sa amin," bumulalas si Eunice, "bakit ka pa pumunta sa amin?"

"Hey babe, hindi ba maliit na bagay lang naman ito? Hindi ba pwedeng pagbigyan mo na lang ako ngayon? Pangako, hindi ko na uulitin, please na."

"(Sigh!) I don't know, Albert...you are putting me on the spot. Alam mong laban ito sa mga regulasyon..."

"'Wag mong sabihin na ipapahiya mo ako sa harap ng mga staff mo — harruump, lalo na sa g***ng imbesil na yun!"

Tumingin si Eunice sa mga kasamahang staff, pati na kay Tam. Lahat sila ay nakatingin sa kanya. Naramdaman niyang may galit silang nararamdaman kay Albert.

Nakita rin ito ni Albert at pinilit niyang i-pressure siya.

"See...tignan mo kung paano nila ako tinitignan! Papayag ka bang mapahiya ako sa harap nila? Grabe, Eunice, ako ang boyfriend mo, dapat ako ang kampihan mo"

Lalong pinahigpit ni Albert ang mga salitang binibitawan.

"Sigurado ko, 'yang malaking hampas-lupa na 'yan ay magyayabang sa lahat kung siya ang papanigan mo over me! Ha! Imagine kung anong mga bulung-bulungan nila sa atin — ikaw, ipinahiya ako sa harap ng lahat, pati na sa hunghang na 'yun. Baka nga isipin nilang may nangyayaring iba. Alam mo kung paano kumalat ang tsismis..."

Nakorner si Eunice. Ang tono ni Albert ay nagbigay sa kanya ng kawalan para gumawa ng tamang desisyon. Huminga siya ng malalim at naglakad pabalik kay Tam.

"Uhm, okay na," sabi niya sa pharmacist, "pwede mong ibigay kay Doctor Concepcion ang gamot na kailangan niya."

"B-Ba-but, Doctor Gorospe," nagsimulang magprotesta si Tam, pero pinutol siya ni Eunice.

"Sabi ko, okay na."

"Pero..."

"Sabi ko, okay na," halos isigaw ni Eunice kay Tam, "hindi ba't malinaw na sa akin iyon? Klaro na sa akin lahat. Susunod na lang ang mga papeles."

"Y-Yes, Doctor," sagot ng pharmacist na nanginginig ang kamay at inilagay ang gamot sa counter. Nanatiling tahimik si Tam.

Walang imik, lumakad si Eunice pabalik sa kanyang silid habang nakayuko ang ulo.

Si Albert naman ay mayabang na dumaan kay Tam, tinulak siya sa gilid at mabilis na kinuha ang gamot.

"'Yan, para matutunan mong wag makialam sa hindi mo usapin!" sagot ni Albert kay Tam. "Meddling imbesil!"

* * * * * * * * * * *

Nasa canteen si Eunice at Gina pati na karamihan sa staff nila habang kumakain ng lunch. Naandoon din si Tam na malapit kina Eunice at Gina. Marami sa kanilang mga pasyente ang gumaling na, kaya't masaya ang lahat. Habang abala sila sa masiglang usapan ng biglang dumating si Albert.

Nang makita niyang nakaupo si Tam malapit kay Eunice, agad nag-init ang ulo niya. Nilapitan niya sila at sinabihan si Tam.

"Hoy, imbesil! Hindi mo ba alam ang pwesto mo sa hierarkiya?"

Nagulat si Tam pero nagawa niyang sumagot.

"Whoaa! Anong problema, doc?"

Mas lalo pang uminit ang ulo ni Albert. Hinihila ang mga butas ng ilong, sumigaw siya kay Tam.

"WALA KANG KARAPATANG LUMAPIT SA MGA BOSS MO, HUNGHANG! ANO'NG KALAKOHAN MO?!"

Nagulat ang lahat sa kanyang pagsabog. Bagamat nagulat si Eunice, sinubukan niyang pakalmahin si Albert.

"Please, Albert, kalma lang. Mag-usap tayo..."

"MAG-USAP TAYO? Huwag mong sabihing kakampi ka na sa kanya!"

Sumabog na si Tam. Galit na tumayo at tinanong si Albert.

"May problema ka ba sa akin?" ang sigaw niya habang iniigkas ang mga braso. "Bakit laging ako ang inaaway mo? Nakakainis ka na talaga ng sobra!"

Napaatras si Albert, napansin ang panganib ng galit ni Tam. Tumayo sina Eunice at Gina at nagsalita sa gitna nilang dalawa. Nanatili ang iba sa kanilang upuan.

Naramdaman ni Albert ang kaligtasan ng mga katawan ng dalawang babae kaya't bumulalas siya.

"See...see kung gaano kayabang at walang galang 'yang nilalang na 'yan! Sinabi ko na sa'yo — dapat matagal nang tinanggal yan sa trabaho!"

"Please, Albert," pakiusap ni Eunice, "huwag na, please!"

Mas lalo pang naging matapang si Albert nang makita ang mga tao sa paligid.

"Bakit lagi kang kakampi ng mababang uri na 'yan? Ginagamit ka lang niya. Hindi mo lang alam kung anong masamang balak niyan para sa'yo?"

Naramdaman ni Gina ang galit ni Tam at minadali siyang hilahin palabas ng canteen.

Habang papalabas si Tam, naramdaman ni Eunice ang mga bulung-bulungan at tahimik na usapan mula sa mga kasamahan. Para maiwasan ang mga maling chismis, sinubukan niyang pakalmahin si Albert.

"Sorry, Albert. Tama ka...hindi siya dapat nakaupo sa tabi natin na mga doctor. D-Don't worry, hindi na mauulit 'to. Mali nga yata 'yung masyado kaming nakikisalamuha sa mga staff."

"Hmp! Mas maganda 'yan! Tandaan mo 'yon, babe...dapat tandaan mo!"

Tumagilid si Albert, nagpapakita ng kasiyahan dahil pabor sa kanya ang nangyari.

* * * * * * * * * *

Pagbalik nila sa department, nilapitan ni Eunice si Tam.

"Pasensya na, Tam, sa nangyari."

"Okay lang po, Doctor Gorospe, naiintindihan ko," sagot ni Tam.

"Hindi, Tam. Nandito ako para linawin ito sa'yo."

Nagulat si Tam.

"A-Anong parte po ang hindi ko...naiintindihan?" tanong niya.

"Uhm, A-Albert ay tama. Uhm, hindi ako dapat...makisalamuha sa'yo..."

"Huh?"

Inilagay ni Eunice ang palad niya sa harap upang aluin si Tam.

"Pasensya na, Tam, pero may karapatan si Albert na magalit. Kung nararamdaman niyang hindi tama na makisalamuha ako sa'yo... siguro tama siya."

"Pero, Doctor Gorosp..."

"Huwag na, Tam. Mas mabuti na ito. Pakiusap, huwag mo akong ilagay sa alanganin. Alam ng lahat dito na si Doctor Concepcion ang boyfriend ko at ayoko na dahil sa'yo ay maaapektohan siya. Uhm, anuman ang nararamdaman mo, itigil mo na. Hindi ko na ito pinahahalagahan..."

"(Sigh!) O-Okay, Doctor Gorospe," sagot ni Tam, malungkot, "kung 'yun talaga ang gusto niyo."

44
Huling Dagok

Natanggap na ni Tam ng kanyang suweldo at tulad ng kanyang nakagawian, bumili siya ng meryenda para sa lahat sa kanilang department.

Masaya ang vibes at masayang nagkukuwentuhan ang lahat nang biglang sumulpot si Albert. Hindi niya pinansin ang iba at diretsong lumapit kay Eunice na nakaupo sa tabi ni Gina sa kalapit na mesa.

"Hmp! Eunice, huwag mong kalimutan ang ating date para sa anibersaryo ng ating ospital ngayon. Maraming big shots — mga generous na patron ang dadalo, at maganda para sa aking, uhm, sa ating imahe na makita doon."

"Huwag kang mag-alala, Albert, hindi ko naman nakalimutan," sagot ni Eunice.

"Paano niya makakalimutan 'yan," anang ngisi ni Gina, "eh araw-araw mo namang pinapaalala sa kanya!"

Muntik nang sumagot si Albert pero nagpigil siya.

"Eh 'yung damit na isusuot mo? Sinigurado mo bang angkop ito para sa okasyon?"

"Siyempre naman!" agad na sagot ni Gina bago pa makasagot si Eunice. "Huwag kang mag-alala kay Eunice, Albert. Maganda siya kahit nakasako pa 'yan. Ikaw ang dapat mag-alala. Kahit sa pinakagwapo mong hitsura, mukha ka pa ring katatawanan sa tabi niya!"

Hindi napigilan ng mga nasa paligid na tumawa sa sinabi ni Gina.

Galit na galit si Albert. Dahil hindi niya mabawi ang pagpuna ni Gina, ibinaling niya ang atensyon sa mga tao sa paligid.

"Haarruump! Tapos na ba ang oras ng pahinga? Bakit kayo nakatambay pa rin? Dapat nagtatrabaho na kayo!"

Takot na mapahamak, agad na naghiwa-hiwalay ang mga naandoon.

Sinaway siya ni Eunice.

"Naku, Albert, may oras pa bago matapos ang breaktime. At saka, masisipag ang aking mga tauhan at karapat-dapat sila sa dagdag na pahinga."

"Ahhh, wala akong pakialam sa nararamdaman mo, Eunice! Ang mga patakaran ay patakaran, at mas mataas ang ranggo ko kaysa sa iyo!"

Hindi pa rin siya kuntento sa kanyang pananakot, kaya ibinaling niya ang atensyon sa mga tirang pagkain at balat na nakakalat sa paligid.

"SINO ANG MAGLILINIS NG MGA BASURANG ITO!" sigaw niya nang malakas.

Agad na kumilos ang isang tauhan para linisin ang lugar.

"Hmmp! Ganyan dapat!"

Papalis na sana siya nang mapansin niyang hindi galing sa kanilang kantina ang mga meryenda.

"Hohoho, mukhang mayayaman kayo para makabili ng meryenda sa labas," aniya nang may pang-iinis.

Bigla siyang napaungos at tiningnan si Eunice nang may hinala.

"Hmp! Huwag mong sabihin, Eunice, na ikaw ang nagbayad nito? Nagiging malambot ka na talaga!"

"Uhm, ah, hindi...si Tam ang bumili..." tumigil si Eunice, napagtanto niya ang kanyang pagkakamali. Dapat ay inamin na lang niya ito at tapos na sana. pero huli na ang lahat.

"ANO? ANG !@#$#@ NA SI TAM ANG BUMILI NITO?"

Sinagot siya ni Gina.

"Ano naman ang masama doon, Albert? Hindi ka ba nahihiya na ang isang hamak na volunteer tulad ni Tam ay kayang bumili ng meryenda para sa amin — samantalang ang isang tulad mong mayabang ay never na ginawa ito?"

May ilang tumawa at humalakhak sa paligid.

Namula ang mukha ni Albert. Galit na galit siya sa kahihiyan, kaya lumapit siya kay Eunice, kinuha ang burger na kinakain nito, at bigla itong itinapon.

Si Tam, na nagpupumilit na maging mahinahon, ay hindi na nakatiiis at hinarap si Albert. Hindi na niya matiis ang pang-aapi nito.

"Ang yabang mo naman! Hindi mo man lang nirespeto na kumakain pa si Doctor Gorospe! Anong karapatan mong..."

Mabilis kumilos si Gina at pinigilan si Tam, hinawakan siya nang mahigpit. Samantala, pasimpleng nagtago naman si Albert sa likod ni Eunice.

Sinigawan niya si Tam. Alam niyang ayaw ni Eunice ng gulo kaya lalo niyang pinalakas ang boses.

"HEY, !@#$#@!! ALAM KONG GINAGAWA MO LANG ITO PARA MAGPABIDA KAY DOCTOR GOROSPE! Hahaha! Alam ko ang mga taktika mo, !@#$#@!"

Nagsimula nang magtipon-tipon ang mga tao malapit sa pasukan, kasama na ang ilan sa kanilang mga kasamahan. Nakita ito ni Eunice at natakot siya na lumalala na ang sitwasyon at maaaring ikahiya ng kanilang departamento.

"Hoy, 'yang mayabang mong..." nagsimula si Tam pero pinigilan siya ni Eunice.

Nanginginig ang boses, sumigaw si Eunice kay Tam.

"TAMA NA, TAM! WALA KANG KARAPATANG MANIGAW KAY DOCTOR CONCEPCION! Isa ka lang volunteer, kaya magpakumbaba ka. Bumalik ka na sa trabaho mo – NGAYON DIN!!!"

Gulat na gulat si Tam sa biglang pagsigaw ni Eunice. Pati si Gina ay napanganga. Nakita ni Tam si Albert na nagyayabang at nakangisi, habang nakakapit sa kanya si Eunice. Kahit alam niyang pinipilit lang nito na pakalmahain ang sitwasyon, ang ginawang pagsigaw sa kanya ay hindi na niya matanggap. Isinara niya ang mga mata, huminga nang malalim, at tahimik na umalis.

* * * * * * * * * * *

"Eunice, hindi ba naman masyadong masakit 'yung sinabi mo kay Tam?" tanong ni Gina sa kanyang kaibigan nang tumahimik na ang lahat at silang dalawa na lang ang nasa opisina.

"(Sigh!) Alam ko, Gina," sagot ni Eunice, "pero talagang lumalala na ang sitwasyon...at desperada na ako."

"Dapat si Albert ang sinaway mo," pahayag ni Gina.

"Alam ko rin 'yan. Pero si Albert talaga ay nagpapapansin, gustong-gusto niyang makuha ang atensyon ng lahat."

"Kaya imbes na siya, si Tam ang pinahiya mo?"

Tumango nang malungkot si Eunice.

"Iyon lang ang naiisip kong paraan para mapigilan ang sitwasyon. Marami nang nakatingin. Ayokong mapahiya ang ating departamento dahil dito. Kung sinang-ayunan ko si Tam, ano kaya ang iisipin ng iba, lalo na 'yung mga alam na nobyo ko si Albert?"

"Hmmm, sa tingin ko masyado pa rin. Oo, nailigtas mo ang mayabang mong nobyo sa kahihiyan — na karapat-dapat naman sa kanya, if you ask me, pero masyado mong pinahiya si Tam, na sinusubukan lang namang ipagtanggol ka. Opinyon ko lang naman."

"(Sob!) Alam ko rin 'yan. Pero desperada na ako at iyon lang ang naiisip kong paraan. Alam kong mapipigilan nito si Tam..."

"(Sigh!) Tama ka sa aspetong iyon. Sa pagsasaalang-alang sa lahat, hindi kita masisisi. Pero sana ay naisip mo ang ibang paraan. Pero wala na, it's over and done...wala na tayong magagawa."

"Oo nga pala, nasaan si Tam? Sa tingin ko kailangan ko talagang humingi ng tawad ngayon."

Napabuntong-hininga si Gina at ibinigay kay Eunice ang isang sulat.

"Hmmm, tulad ng sinabi ko, it's over and done...at wala na tayong magagawa."

Bagamat nagulat, may hinala na si Eunice sa susunod na mangyayari.

"N-Nagbitiw siya sa trabaho?"

"Oo..."

"Hindi na ba kayang magbago ang desisyon niya?"

Umiling si Gina nang malungkot.

"Kaagad niyang inabot ang resignation letter pagkatapos ng insidente at umalis na. Nakasulat doon, irrevocable resignation, kaya sa tingin ko, tapos na talaga."

Wala na siyang ibang masabi, kaya tumayo siya, tinapik-tapik ang balikat ni Eunice, at dahan-dahang umalis, iniwan ang kaibigan na nag-iisa.

* * * * * * * * * * *

Matagal na nakaupo si Eunice at inisip muli ang mga "paano kaya" sa nangyari. Alam niyang ginawa niya ang pinakamabuti sa sitwasyon. pero kahit alam niya ito, hindi pa rin madaling tanggapin.

"(Sigh!) Kahit papaano, umalis si Tam nang kusa. Sana ay makakita siya ng taong karapat-dapat sa kanyang pagmamahal at pag-aalaga. Wala nang mapag-initan si Albert...kaya sana, babalik na ang lahat sa normal."

Sinubukan niyang magpakatatag, pero alam niyang dinadaya lang niya ang sarili.

45
Bagong Chapter Sa Buhay

Nagbi-visit lang si Ethan ang kanyang Facebook account paminsan-minsan at kung may kinalalaman sa kanilang business dahil karamihan sa kanyang mga kliyente ay doon nagme-message. Hindi maiwasang makita niya si Eunice mula sa kanyang mga feed, na nagdulot sa kanya ng magkasamang kasiyahan at kalungkutan. Masaya siya dahil nakikita niya ito, pero malungkot din dahil alam niyang wala na ito sa kanyang buhay. Ironic dahil dati ay tuwang-tuwa siyang magbukas ng kanyang account, para lang makita si Eunice. pero ngayon, ay kabaligtaran ng dati.

Medyo nag-aalangan din siya dito. Wala pa ring kaalam-alam si Eunice na ang kaibigan niya sa FB na si Ethan at ang dati niyang katrabaho at kaibigan na si Tam ay iisa. Ayaw niyang matuklasan pa ito ni Eunice. Nais ni Ethan na panatilihin ang anumang magagandang ala-ala nila bilang si Ethan. Ayaw niyang sirain ang imahe ni Ethan.

Makalipas ang ilang araw pagkatapos niyang magbitiw, nagpasya si Ethan na tuluyang putulin ang kanyang ugnayan kay Eunice sa pamamagitan ng pag-unfriend sa kanya sa Facebook. Wala na siyang nakikitang dahilan upang ipagpatuloy ang connection nila, kahit bilang si Ethan. Bukod pa dito, masyado itong masakit sa kanya na makita niya ang kanyang feed at mahihirapan siyang makalimot kung patuloy niya itong makikita kahit sa Facebook.

* * * * * * * * * * *

Makalipas ang ilang araw, nagpasya siyang magtrabaho nang full-time muli sa kanyang design company. Nag-set up siya ng meeting upang maging-updated sa kanilang mga gawain at iskedyul.

"Hoy, boss! Mukhang perpektong timing na bumalik ka nang full-time. Sobrang dami nating trabaho at kailangan talaga namin ang iyong expertise!"

"Hahaha! Stop it guys. Lahat tayo ay halos-pare-pareho ang galing. Bakit sa tingin ninyo ba pinili ko lang kayo dahil kasing gwapo ko kayo!"

"Hahahaha!"

"Hohoho! Galing mo talaga, boss!"

* * * * * * * * * *

Sa mga sumunod na araw, ibinuhos ni Ethan ang kanyang oras sa trabaho upang hindi maisip si Eunice. Masuwerte sila dahil marami silang tanggap na trabaho na lalong nagpapadali para mag-focus siya sa trabaho.

Nagkaroon sila ng face-to-face meeting sa bahay niya para i-tackle ang mga bagong konsepto at trend.

"Uhm, Ethan, gusto mo bang sumama sa amin pagkatapos ng trabaho?" tanong ni Larry. "Para lang mag-relax ng kaunti. Alam mo na, all work and no play, makes Juan dull and boooooring! Hahaha!"

"Tama siya, Ethan," sang-ayon ni Norman, "sobrang subsob ka sa trabaho nitong mga nakaraang araw, oras na para mag-relax-relax ka naman."

"Grabe ang ating meeting," dagdag ni Larry, "na-drain ako at gusto kong humanap ng bagong at sexy na inspirasyon para bumalik ang sigla ko. Hahahaha!"

"(Sigh!) Okay lang, mga pare! Sige na, mag-enjoy kayo. Ako ayos lang dito."

"Sigurado ka?" tanong ni Norman.

"Oo, Ethan," komento ni Larry, "maraming magagandang babae sa pupuntahan namin. Sigurado ka bang ayaw mong sumama? Baka magsisi ka mamaya."

"Hahaha! Hindi, okay lang ako," sagot ni Ethan, "marami akong bagong disenyo na gustong subukan...at gusto kong gawin ito habang sariwa pa sa isip ko."

"Bahala ka, ikaw ang boss!"

"Hohoho! At sino ba kami para magreklamo," dagdag ni Larry, "kung ang mga disenyo mo ang nagpapayaman at nagpapasikat sa amin!"

"(Guffaw!) At nagpapaloveable!" deklarasyon ni Norman. "Pero, Ethan, may magagawa ba kami o maiuuwi sa iyo — pagkain, inumin o kahit ano?"

"Kung gusto mo, pwede naming dalhin sa iyo ang mga magagandang babae na pinag-uusapan namin!" biro ni Larry. "Matagal ka nang wala sa sirkulasyon, baka mawala ang iyong sex appeal. Sigurado ka bang hindi ka nagce-celibacy? Hahahaha!"

"Hahahaha! Lumabas na nga kayo bago ko kayo pilitin na mag-overtime!"

"Ahiiihii! We're going, we are gone!"

"Paalam, boss! Aalis na kami!"

Pagkatapos umalis nina Norman at Larry, naiwan si Ethan na nagtataka.

"(Sigh!) Nagce-celibacy nga ba ako?"

Napailing na lang siya at bumalik sa trabaho.

****

Nagulat si Eunice nang malaman na in-unfriend siya ni Ethan. Nagkataon lang na nalaman niya ito may isang tiyahin siya na uuwi at nag-message ito sa kanya sa Facebook para ipaalam ang detalye ng kanyang pag-uwi.

Pagkatapos basahin ang mensahe ng kanyang tiyahin, nakita niya ang pangalan ni Ethan at napagtanto na matagal na pala silang hindi nag-uusap o nagko-communicate.

"Ummm, matagal na pala mula nang huli kong marinig si Ethan. Bakit kaya? Hihihi! Baka nagpasya na siyang ituloy ang kanyang pangarap na maging pari! Hihihi! Ang salbahe ko!"

Hindi sinasadyang na-click niya ang pangalan nito at nagulat siya nang malaman na hindi na sila magkaibigan.

"Ano? Hindi na kami friends ni Ethan? Huh, ano ang nangyari?"

Inisip niya kung siya ang nag-unfriend sa kanya, pero sa kanyang pagkakaalam, sigurado siyang hindi niya ito ginawa.

"In-unfriend ako ni Ethan?" tanong niya, lubos na naguguluhan. Binasa niya ang huling message nito pero lalo lang siyang naguluhan.

"Weird! Nag-goodbye lang siya — wala man lang syang sinabi kung bakit!"

Ang petsa kung kailan niya ito in-unfriend ay nagdulot ng hindi magandang pakiramdam sa kanya. Gayunpaman, hindi niya ito masyadong pinag-isipan, mas nalilito siya kung bakit siya in-unfriend ni Ethan.

"Bakit niya ako in-unfriend?"

Paulit-ulit niya itong inisip. Sa huli, sumuko na siya. pero dahil sa pagkabahala, gusto niyang tanungin si Ethan tungkol dito.

Nagtatalo pa rin siya kung magme-message pa ba siya nang tawagin siya ng kanyang ina.

"Eunice, anak! Lumalamig na ang hapunan — kumain ka na! Hinihintay ka na ni Daddy."

Nagpasya si Eunice na huwag nang mag-message kay Ethan.

"(Giggle!) Baka nagpasya na talaga siyang maging pari!" sabi niya sa sarili. *"Hihihi! Baka pwede ko siyang hilingan na mag-officiate ng kasal ko kapag dumating na ang panahon!"*

Malakas niyang tinawag ang kanyang ina.

"Coming mother dear!"

46
Nakapagtataka

Gumapang ang mga araw na parang pagong na may hangover. Unti-unting humihina na ang virus at ang mga tao ay nagbabalik na sa kanilang mga nakaugaliang gawain bago ang pandemic — parang mga ipis pagkatapos mag-spray ng Baygon ay nandyan na naman. Sinamantala ni Gina ang pagkakataon para mag-shopping, kaya naiwan si Eunice na nag-iisa sa opisina.

Habang nakaupo sa kanyang mesa, bigla na lang naalala ni Eunice ang mga panahong kasama nila si Tam. Ilang buwan na ang nakalipas mula nang umalis ito sa trabaho, pero para kay Eunice, parang kahapon lang nang murahin niya ito nang todo. "P*@%#! Bakit ba kasi..." Napailing siya sa sarili habang sumasakit ang dibdib sa alaala. Laging nandiyan si Tam para sa kanya, kahit na alam nitong walang patutunguhan. Pero pinili niya si Albert—ngayon, wala na siya.

Sa sobrang lungkot at walang magawa, naisipan niyang balikan ang mga empleyado records. Habang tinitingnan ang mga resume, bigla niyang nakita ang file ni Tam. "Ano 'to?" Curiosity killed the cat, ika nga. Dahan-dahang inihiwalay niya ito sa iba. Pagkatapos niyang tapusin ang ibang papeles, binalikan niya ang kay Tam at binuklat ito.

Pero ang nakita niya ay parang incomplete homework ng estudyanteng laging absent—puro basic info lang. Noong peak ng pandemic, kahit sino na lang tinanggap nila bilang volunteers. Parang lucky draw ang hiring process—kung sino ang unang dumating, siyang pasok. Walang background check, walang tanong-tanong. Basta may pulse, hired na!

Pagkatapos basahin ang maikling file, may kung ano ang kumirot sa dibdib ni Eunice. "Bakit parang may mali?" Binasa niya ulit nang dahan-dahan, tiningnan ang address, educational background, height, weight—lahat mukhang tama naman. Pero bakit parang may nakatagong jowa sa closet? Inis na inis, itinabi niya ang file sa drawer. "Babalikan ko na lang 'to pag wala na akong magawa."

Pero syempre, tulad ng usual sa buhay Pinoy, sunod-sunod ang drama kinabukasan kaya nakalimutan na niya ang file. Parang resibo lang 'yan sa wallet—akala mo importante, hanggang sa maging basura na lang.

47
Balik Sa Dating Gawi

"**Hey, Ethan," tanong ni Larry, "ano itong narinig ko na pupunta** ka raw sa grand old U, S of A?"

Ang patuloy na pagbaba ng kaso ng coronavirus ay nagbigay daan para mag-relax na ang mga restrictions sa mga paglalakbay mula sa buong mundo. Nagsimula na muli ang aktibidad sa mga airline at sinamantala ito ng mga tao.

"Wow! Mabilis talagang kumalat ang balita," sagot ni Ethan, "Kahapon ko lang ito na-confirm."

"Huh? Ano? Iiwan niyo kami at ang kumpanya?" tanong ni Conrad na nalilito.

"Oo, ganun nga," malungkot na sagot ni Larry.

"Ang saklap naman, Ethan, iiwan mo kami ganyan na lang!" iyak ni Conrad.

"Wait, wait!" pagtutol ni Ethan. "Hindi ganun yun. Haaiist! Ikaw talaga, Larry, palagi ka na lang nang-aasar kay Conrad."

"Nang-aasar sa'kin?" sagot ni Conrad. "Ano yun? Nalilito na ako ngayon."

"Hahaha! Relax lang, Conrad, wala namang dahilan para malito. Sige, makinig ka muna, at ipapaliwanag ko sa'yo."

Huminto saglit si Ethan bago magpaliwanag.

"Alam mo yung account natin sa Denver? Mukhang talagang humanga sa atin ang pinaka-boss nila at inaalok nilang maging partner tayo."

"Wow, talaga! Magandang balita yun! Pero bakit parang may drama tungkol sa iyong pag-alis?"

"Hahaha! Ganyan talaga si Larry. Technically, hindi ko iiwan ang kumpanya. Kailangan ko lang pumunta sa Denver para pangasiwaan ang pagbukas ng branch natin doon pati na rin ang pagpili at pag-hire ng mga tao."

"Gaano katagal ka mawawala?" tanong ni Conrad.

"Huwag kang mag-alala. Depende kung gaano kabilis nating ma-synchronize ang mga schedule. Baka ilang buwan lang ang kailangan. Pero wag mag-alala, magka-kontak tayo lagi. Parang hindi na rin ako umalis dahil may internet na."

"Pwede ba kaming pumunta doon, ah, alam mo na," sabi ni Larry, "palitan tayo kapag na-settle na lahat?"

"Ayan nga ang plano, Larry," sagot ni Ethan.

"Yehey, yahoweee! We're going stateside!"

* * * * * * * * * * *

Habang nag-browse si Ethan sa mga hilera ng mga pocketbooks, bigla niyang nakabangggaan ang isang tao.

"Oops, sorry, sorry!"

Napatingin si Ethan at nagulat siyang nangmakita si Gina.

"Gina!"

"Tam!"

"Kumusta ka?" tanong ni Gina, "Aww, miss na miss ka namin sa trabaho!"

"Ganun din ako, Gina. Kung sana..."

Tumigil si Ethan at medyo naging awkward ang sitwasyon.

Si Ethan na ang nag-break ng katahimikan.

"K-Kumusta siya?"

"(Sigh!) Tulad ng dati, nagtatrabaho nang todo-todo at walang pahinga."

"Siya ba, ah, sila... I mean, siya ba..."

"...ay may relasyon pa kay Albert?" inantabayang tanong ni Gina. "Oo, unfortunately, oo. Hindi ko talaga maintindihan kung ano ang nakita ng kaibigan ko kay Albert. Haaiist, talagang nakakainis siya!"

Tumingin lang si Ethan nang malungkot pero hindi nagsalita.

Upang mapawi ang malungkot na atmospera, tanong ni Gina ng masaya,

"Eh, ikaw Tam? Anong bago sa'yo? Hey, mas gumwapo ka ata! May pagkakataon pa bang bumalik ka sa amin?"

Ngumiti si Ethan at sumagot, “Salamat Gina sa compliment. Eh, ikaw nga, ang ganda mo rin. Gustong-gusto ko sanang bumalik, eh, pero alam naman natin... hindi na ‘yun posible. At set na akong pumunta sa Denver.”

“Denver... ibig mong sabihin, Denver sa USA?”

Tumango siya.

“Wow, hindi talaga nagbibiro si Anthony nung sinabi niyang magaling ka!”

“Nakausap mo si Anthony?”

Nagbigay si Gina ng isang pilyang ngiti at tumango.

“Siya ba...?”

“Tumango ulit si Gina at ngumiti nang husto.

“Alam mo na... tungkol sa akin?”

“Secret! Hihhi! Seryoso, matagal ko nang alam ang iyong, ah, doble-kasaysayan, pero itinago ko ito kay Eunice para hindi siya maguluhan. Hinihintay ko lang ang tamang pagkakataon para sabihin sa kanya.”

“Salamat, Gina, may utang na loob ako sa’yo.”

“Hah! Marami ka pang utang na loob sa’kin, hindi lang ‘yan. Hindi kita bibitawan hangga’t hindi mo sinasabi sa akin ang buong katotohanan — kasama na ang pag-treat mo sa akin ng masarap na lunch!”

At hinila siya ni Gina patungo sa malapit na restaurant.

48
Ang Bagong Normal

Sa simula nang magbitiw ni Tam, madalas ay hinahanap-hanap siya ni Eunice. Madalas ay nakikita niya ang sarili na nakatingin sa direksyon kung saan madalas umuupo si Tam. Parang kakaiba na ang lahat dahil hindi na niya nakikita na naglalakad o naririnig ang masayahing boses ni Tam. Kapag may gawain na kailangang gawin, si Tam ang una niyang naiisip, pero bigla niyang maaalala na wala na siya.

Hindi pa rin nagbago si Albert at lalo pang naging pabigat simula nang mag-resign si Tam. Alam niyang wala nang tututol sa kanya, kaya't naging mas demanding at bossy siya tuwing papasok sa CoRD. Ipinagmamalaki niya ang kaalaman na magagawa niya ang anumang gusto niya at ang mga tao ay natatakot tuwing dadaan siya.

Si Gina ay hindi makapaniwala sa nangyayari at naiiling na lang tuwing nakikita niyang inaabuso ni Albert ang kanyang kaibigan.

* * * * * * * * * *

"Eunice," tanong ni Gina, "hindi ka ba napapagod na palaging binabastos ka ni Albert? Haaiist, I mean, pareho naman kayo ng posisyon dito sa ospital, pero bakit mo siya hinahayaan na tratuhin ka na parang siya lang ang may karapatan?"

"*(Sigh!)* Hayaan mo na, Gina. Napag-usapan na natin ito dati, hindi ba?"

"Alam ko... pero nakakainis na talaga. Akala ko nung una ginagawa niya 'yan dahil kay Tam, pero ngayon na wala na siya, lalong lumala. Hindi ko talaga maintindihan kung ano ang nakikita mo sa halimaw na 'yon."

"Huwag mong husgahan si Albert nang ganun. Hindi naman siya gano'n kasama kung tutuusin," depensa ni Eunice.

"Pero ang point ko lang, wala siyang karapatang tratuhin ka na parang wala ka nang halaga. Ang laking kalokohan ito, ikaw, maganda, matalino, successful, tapos kapit-tuko ka sa kanya na parang siya na lang ang lalaking natitira dito sa mundo."

"Hindi man siya perpekto, pero matapat siya sa relasyon natin simula pa nung unang araw. 'Yung loyalty na 'yon, ang mahalaga sa akin."

"Geez! Wala na akong magagawa sayo, Eunice... sobrang hopeless mo."

* * * * * * * * * *

Sa wakas, ang pandemyang COVID ay tuluyan nang napigilan. Dahil sa patuloy na bakuna at kaalaman kung paano ito labanan, bumaba na ang bilang ng mga may sakit at hindi na ganoon kalala. Tumaas ang recovery rate at naging boluntaryo na ang pagsusuot ng face mask.

Ang mga mall, sinehan, shopping centers, at mga food establishments ay nag-relax na ng mga restrictions, at mas maraming mga establishments na nagsara noong pandemya ang muling nagbukas.

Mas kaunti na ang mga pasyente sa CoRD habang lumipas ang mga araw at bumaba na rin ang bilang ng mga seryosong kaso. Bagaman si Eunice pa rin ang pinuno ng department, may mga mga bagong posisyon na nadagdag sa kanyang responsabilidad maliban sa CoRD.

* * * * * * * * * *

"Gina, okay lang ba kung..."

"Huwag na, alam ko na kung ano ang gusto mong itanong – na maging sidekick mo ako... at syempre, ang sagot ko ay OO! Masaya akong magiging katuwang mo."

"Paano mo nalaman?"

"Ay naku, Eunice, hindi na kailangang maging henyo para malaman na kailangan mo ng isang abot-kayang, mapagkakatiwalaan at magandang second-in-command para magtagumpay. Tama ba ako o tama?"

"Malaking responsibilidad nga, hindi pa kasama ang mga extra hours at iba pa."

"At syempre, dagdag na sahod," dagdag pa ni Gina habang ngumingiti.

"Syempre! Pero mas kaunti ang oras mo para sa mga gimmicks at party..."

"Kaibigan, gaya ng sabi ko, masaya akong magiging katuwang mo. Kung pwede lang magpalit ng gender, ginawa ko na – para makuha kita kay Albert at maging gwapo at charming na prinsipe mo!"

"Hihihi! Imposible ka talaga, Gina!"

"Hihihihi!"

* * * * * * * * * *

Dahil tapos na ang mga lockdowns at restrictions, nagsimula nang muling magsaya ang mga tao sa mga party at selebrasyon. Bukod sa mga negosyo ay nagkaroon na ng pagkakataon na magkaroon ng face-to-face meetings – mga pamilya at mga kaibigan na magtipon-tipon sa mga reunion, birthday parties, at kahit anong okasyon.

* * * * * * * * * *

Si Eunice ay abala sa paggawa ng mga forms nang pumasok si Gina. Hindi na itinigil ni Eunice ang ginagawa at binati si Gina.

"Hi, Gina! Tapos na ba ang rounds mo?"

"Yup, medyo magaan ang trabaho ngayon at natapos ko nang maaga ang rounds ko."

"Well, ayos lang 'yan."

"Hey, Eunice, hindi ka pa ba uuwi?"

"Uhm, hindi pa, Gina," sagot ni Eunice. "May ilang papeles pa akong kailangang tapusin."

"Okay lang ba kung mauna na ako?"

"Of course!" sagot ni Eunice at tinaas ang ulo upang tumingin kay Gina.

"Wow! Ang ganda mo, girl – may date ka ba o something?"

"Hmmm, siguro pwede mong tawagin itong date. Actually, reunion ito — kasama ko ang mga ka-klase ko sa college. At may nagsabi sa akin na may dadalhin siyang 'dream guy' para sa akin. Hihihi! Excited na ako!"

"Hihihi! Ganun ba? Well, magpakita ka naman ng konting demure 'pag inintroduce ka, ha? Huwag parang gutom na vampire na gustong gawing dinner ang date mo."

"Hihihi, kaibigan ba kita Eunice! Pero seryoso, okay lang ba talaga sa'yo kung mauna na ako? Kung gusto mo, pwede naman akong maghintay sa'yo dito."

"Ahiii! Sige na, Gina! Shoo! Shoo! Hindi kita kailangan dito. Lumabas ka at mag-enjoy! Basta huwag ka lang malate pagpasok sa Monday!"

"Of course! Well, ta-dah, bye-bye! Off to meet my charming prince! Hihihi!"

"Hihihihi! Lumayas ka na!"

49
Ang Mapagkunwari

Nagulat si Eunice nang sekretohin siya ni Gina matapos nilang kumain ng tanghalian.

"Eunice, may importante akong sasabihin sa'yo. Hindi ko alam kung tamang panahon ito o hindi, pero kailangan mong malaman ito."

"Huh? Ano ba 'yan, Gina?"

"Brace yourself, girl — nabisto ko ang totoo na niloloko ka ni Albert."

"A-Ano? Stop it, Gina, tama na 'yan. Lagi mo na lang sinisiraan si Albert, pero sobra na ito. I think you are crossing the line."

"Hindi, hindi, Eunice. Matagal na akong tumigil sa pagsira sa boyfriend mong mayabang dahil wala namang epekto sa'yo. Totoo ito. Maniwala ka sa'kin—hey, best friend kita...magsisinungaling ba ako sa'yo?"

Huminga nang malalim si Eunice at sumagot, "Sige, bibigyan kita ng benefit of the doubt—pero huwag mo sayangin, Gina. Sige, nakikinig ako!"

"Sa totoo lang, ayaw ko rin sanang paniwalaan ito. Naalala mo 'yung reunion na pinuntahan ko noong nakaraang linggo? Ikinuwento ko sa kanila ang tungkol sa'yo at nainggit sila sa'kin. Palagi kasing napupuri ang pangalan mo nung kasagsagan ng COVID. Habang ipinapakita ko ang litrato mo kasama si Albert, nakilala siya ng isa kong kaklase. Nagulat ako nang sabihin niya na minamanyak siya ni Albert sa Facebook. Ayaw ko sanang maniwala, pero ipinakita niya sa'kin ang mga mensahe niya."

"Hindi totoo 'yan, Gina."

"Maniwala ka, besi, dahil may ebidensya ako. Ipinadala sa'kin ng kaibigan ko ang lahat ng mensahe ni Albert."

Binuksan ni Gina ang kanyang Facebook account at ipinakita ito kay Eunice.

"Tingnan mo, kahit gumamit siya ng alias, hindi man lang niya pinalitan ang profile picture niya!"

"Pero baka naman may nagpapanggap lang na siya..."

"Naisip ko rin 'yan dahil maraming fake accounts sa Facebook. Pero alam mo—sabi ng kaibigan ko, nakilala na niya si Albert nang personal sa isang event. Nagulat daw siya nang hingin niya ang Facebook account niya at mag-add agad bilang kaibigan. Kahit na-creepyhan siya, tinanggap niya ang request para hindi ma-offend. Grabe daw ang gulat niya nang magsimula itong mag-message nang madalas sa kanya. Ipinakita ko sa kanya ang ibang litrato ni Albert at sinabi niyang siya nga 'yon."

Nabigla si Eunice habang tinitingnan ang phone ni Gina.

"Huh! Paano niya ito naitago sa'kin? Hindi ito ang account niya na alam ko. Lagi niya akong pinapabisita sa account niya para magyabang tungkol sa mga nagawa niya...pero hindi ko ito nakita dati."

"Alam mo, Eunice, lumalabas na may higit pa sa isang Facebook account itong !@##@! na 'to at itinago niya lahat sa'yo. Dito siya nakikipag-flirt sa ibang babae nang hindi mo alam."

"Ibig mong sabihin, matagal na niyang ginagawa ito?"

"Parang ganito na talaga ang modus operandi niya, Eunice. Talagang !@##@! siya!"

"(Sob!) Akala ko kilala ko na siya, pero hindi ko alam na nagtataksil pala siya. Binalaan niya ako dati na may mga predator sa Facebook na nananamantala. Napakabanal niya, nagpapanggap na mas mabuti at mas moral siya, pero sa totoo lang, siya mismo ang halimaw!"

"Hindi ko rin akalain na magagawa niya ito sa'yo. Kahit na isa siyang !@##@!, ang tanging konsolasyon mo ay tapat siya sa'yo. Kahit ako, tinanggap ko na lang ito. Pero ngayong nalaman mong niloloko ka rin pala niya. Haaiist! Talagang sobrang nagalit ako."

Gumilid ang mga luha sa mga mata ni Eunice.

Hinawakan ni Gina sa balikat sii Eunice para kalmahin ito.

"Alam kong mahirap, kaibigan, pero maging matatag ka. Nandito lang ako para sa'yo."

Yumakap si Eunice sa kanya.

"Kailangan mong kausapin siya tungkol dito," sabi ni Gina.

Tumango si Eunice.

"Alam ko. Niloko niya ako ng matagal. Hindi ko siya palulusutin."

50
Ang Paghaharap

Nagpakalakas ng loob si Eunice at kinausap si Albert nang araw na iyon. Nagalit ito at nagmura, pero hindi umamin hanggang sa ipakita niya ang nakatagong Facebook account nito.

"Eunice, may paliwanag ako..." biglang nagbago ang tono ni Albert.

"Paliwanag? Anong paliwanag, Albert? Kung hindi ka nakipag-flirt sa kaibigan ni Gina, hindi ko malalaman ang kataksilan mo! Mapagpanggap kang !@##@!! Nagmamalinis ka pero ikaw mismo ang masama! Nagkaroon ka pa ng lakas na loob na magsinungaling sa harap ko! I'm ashamed of you. How many, Albert—ilan pa ang ginawa mong ganito? Paano mo nagawa ito sa'kin?"

"It's not what you think, Eunice," sabi ni Albert, "Wala 'yon, walang ibig sabihin."

"Walang ibig sabihin?" sigaw ni Eunice habang umiiyak. "Nagbibiro ka ba, Albert? Eh 'yung iba? Sheesh, ilang taon na tayo, at niloloko mo ako sa buong panahon na 'yon!"

"Eunice, pasensya na. Hindi ko sinasadya na saktan ka," pakiusap ni Albert habang sinusubukang hawakan si Eunice. "Wala talaga 'yon..."

Umurong si Eunice, iniiwas ang kamay ni Albert.

"Pasensya? Hindi sapat 'yan, Albert. Nagtiwala ako sa'yo at sinira mo 'yon. Kahit na masama ang trato mo sa 'kin, ang tanging pinanghahawakan ko ay ang katapatan mo. Pero hindi ko alam na niloloko mo lang pala ako. Tapos na tayo, Albert, tapos na tayo. Ito na ang huli kitang kakausapin — dahil sawang-sawa na ako sa'yo!"

"Eunice, huwag mo 'tong gawin. Mahal kita, at hindi ko kayang mawala ka."

"MAHAL MO AKO?" pangungutya ni Eunice. "Ganito ba ang pagmamahal mo? Huli na, Albert. Hindi ko kayang patawarin ka. Tapos na ito."

Mabigat na pusong umalis si Eunice, iniwan si Albert na hindi makapagsalita at puno ng panghihinayang.

51
Ang Anino ng Nakaraan

Sa mga sumunod na araw, si Gina ang naging ultimate cheerleader ni Eunice, yung bestie na laging naka-ready na may tissue at tsismis. Inalalayan siya nito sa gitna ng heartbreaks and drama, paulit-ulit na sinasabi, "Girl, you're too fabulous to be sad!" Nagpasya si Eunice na mag-self-care mode: bubble baths, face masks, yung tipong "treat yourself" na level 100. Bumuo siya ng squad ng mga beshies, yung mga tipong "ride or die," at hinayaang maghilom ang mga sugat habang nag-e-emote sa karaoke.

Sa trabaho, bumalik siya na parang may power-up! Yung dating Eunice na parang zombie, naging superwoman! Naghanap siya ng peace of mind sa kanyang department, na pinamunuan niya na parang queen bee. Ang walang humpay na ritmo ng mga gawain, ang pag-rescue sa mga pasyente na parang mga prinsesa at prinsipe sa gitna ng pandemya, at ang pagdating ng mga critical cases, nagpanatili sa kanyang isipan na busy like a bee in a flower field. Nag-volunteer siya para sa mga extra shifts, parang nag-marathon sa trabaho, kung saan pwede niyang kalimutan ang lahat habang nag-aalaga ng mga pasyente. Ang bawat successful case, parang trophy, isang way para ma-boost ang kanyang confidence. Sa mga quiet moments, nakahanap siya ng joy sa pagpapasalamat ng mga pasyente, parang nag-a-upgrade ng level sa video game of life.

Throughout this rollercoaster, si Gina ang constant presence, parang GPS na laging tama ang direction, nag-aalok ng both professional and personal friendship, nagbibigay kay Eunice ng energy na parang Red Bull. Sa mga break, nagkakaroon sila ng mga quick but meaningful chika, parang therapy session na may kasamang meme. Sa labas ng trabaho, hinikayat ni Gina si Eunice na bumalik sa kanyang mga hobbies, parang nagre-reboot ng computer. Sumali sila sa isang running club, nakahanap ng peace sa morning runs and the "barkada" vibes. Sa mga weekend, nag-pottery class sila, kung saan yung paghulma ng clay parang art therapy na may kasamang tawanan. Napalibutan ng old friends and new adventures, at sa tulong ni Gina, unti-unting nabuo ulit ni Eunice ang kanyang sarili, parang phoenix rising from the ashes. Ang bawat new experience, parang passport stamp, isang step away from the past, at papunta sa future na puno ng good vibes.

After a few months, si Eunice, parang naka-glow up! She rediscovered her value and realized she deserves better, parang nag-level up sa life skills. Nagpapasalamat siya sa friendship and support ni Gina, parang jackpot winner na nakakuha ng best prize. And she's determined to move forward with her head held high, and a heart full of hope, parang nag-walk sa runway ng buhay!

* * * * * * * * * *

Wala na si Ethan, at naiwan si Eunice sa paggunita at pagtatanong sa sarili sa mga desisyon na kanyang ginawa.

Sumasakit ang kanyang puso tuwing naaalala si Tam, ang taong laging nandiyan para sa kanya sa hirap at ginhawa, ang taong tunay na nakakaintindi sa kanya.

Hindi maiwasan ni Eunice na balikan sa isipan ang bawat alaala na mayroon siya kasama si Tam, at napagtanto niya na ang kanyang nararamdaman para sa kanya ay higit pa sa pagkakaibigan. She has fallen in love with him, pero natakot siyang aminin ito.

Hindi niya maalis ang sakit at pagsisisi na bumabalot sa kanya. Napagtanto niya na hinayaan niya ang takot at kawalan ng katiyakan na hadlangan siya sa pagtanggap ng kanyang tunay na nararamdaman. Ngayon ay nawala na ang pagkakataon na makasama ang taong minamahal niya.

52
Ang Nawawalang Piyesa

Ay, grabe, si Eunice, umuwi na parang dinaanan ng truck! Pagod na pagod, yung tipong "dead na dead" na level. Pagpasok ng bahay, tanggal sapatos, diretso higa, zzzzzzz! Tulog mantika, hanggang sa ginising siya ni Mama in the morning.

"Eunice, anak, gising na! Sunshine na, tapos wala ka pang kain since kagabi!"

"Ugh, good morning, Mom! Sorry, sobrang pagod ako, kaya tulog agad. Nasaan si Dad?"

"Anak, almost 9 na! Nasa office na si Dad!"

"Whoa! Nine na?! Grabe, naka-hibernate pala ako!"

Ngumiti si Mama, parang emoji na heart eyes.

"Naka-ready na ang breakfast, kung hindi ka naman nagmamadaling bumalik sa work," biro ni Mama, with matching wink.

"Haha, chill, Mom! Amoy ko na yung food, ang bango! I deserve a break, at a legit breakfast before going back to the grind."

"Salamat sa Diyos!" sabi ni Mama, with a happy dance.

* * * * * * * * * *

Nag-decide si Eunice na afternoon shift na lang. Tawag siya sa work, "Hey guys, I'm taking a chill morning." She needed a breather, yung tipong "me time" before facing the world again.

Since wala siyang ibang gagawin, open Facebook, scroll, scroll, scroll.

"Hmm, same old, same old," sabi niya sa sarili, parang "déjà vu" every day.

Kahit deleted na niya lahat ng Albert photos, at unfriended na, lumalabas pa rin si Albert sa feed dahil sa mutual friends. Nung una, parang sinaksak ng kutsilyo ang puso niya. Pero ngayon, parang "meh," wala na. Parang stranger na lang.

Minsan, nagkikita sila sa hospital. Eunice, cool as a cucumber, parang ice queen. Albert tried to make amends, pero yung cold shoulder ni Eunice, "game over" vibes. Kaya si Albert, nag-give up na.

Habang nag-scroll siya, biglang naisip niya si Ethan.

"Wait, bakit nga pala ako in-unfriend ni Ethan? Ang weird! Wala naman kaming away, diba?"

Nag-scroll siya, pero si Ethan, parang stuck sa utak niya.

"Hmm, kung tama ang memory ko, late pandemic siya nag-unfriend... random lang. Baka si Albert ang nag-influence? Parang 'stay away from my ex' vibes?"

Pinag-isipan niya yung theory, pero...

"Nah, Albert? Confront people? He's too chill for that! He's shy even outside the hospital."

Lalong nag-freak out si Eunice.

"So, bakit nga?! Argh, confusing!"

Nag-decide si Eunice na i-check yung messages nila ni Ethan. Pagbukas niya, mas lalong nag-confuse siya.

"Wala! Nothing weird! No signs!"

She checked the dates.

"Haiist! Everything was normal, until..."

Huminto si Eunice. She felt a chill, parang horror movie vibes.

"N-no way! Coincidence lang siguro," bulong niya sa sarili. Tsek niya ulit yung date, nooooo, bakit sobrang lapit sa araw na nag-resign si Tam. Her heart started racing, parang soundtrack ng thriller film. Parang may puzzle piece na nag-fit in, pero ayaw niyang maniwala.

53
Yung Facts Always Totoo

Biglang nagulat si Mommy nang dumaan si Eunice, parang flash, at nag-kiss sa cheeks!

“Mom, gotta dash! Back to the hospital!”

“Huh?! Ang bilis, anak!” naguguluhang tanong ni Mommy. “Akala ko magbe-breakfast ka pa? What’s the rush?”

“Uhm, emergency sa department,” palusot ni Eunice, “they need me ASAP! Bye, Mom! No need to see me off, super late na ako!”

* * * * * * * * * *

Pagdating ni Eunice sa CoRD, parang drumbeat yung puso niya. Sa buong biyahe, trying hard siyang i-ignore yung mga thoughts, parang nag-a-audition for “Denial Queen.” Pero deep down, alam niyang she was lying to herself. This was a mission, proving her theories wrong!

Nagulat si Gina nang biglang dumaan si Eunice, parang ghost, walang “hi” or “hello.” Nakita niyang nag-madali ito sa office, tapos slam! Closed door! Usually, naka-open or at least ajar yung door.

* * * * * * * * * *

Saglit pang naghintay si Gina, pero deadma pa rin si Eunice. Hindi na siya nakatiis—nagmartsa na papuntang opisina. Locked! Kumatok si Gina, malakas at may kasamang diin.

“Eunice, okay ka lang ba?” sigaw niya. “Bakit naka-lock ang pinto mo? May problema ba diyan?”

Mula sa loob, narinig ni Gina ang mga hikbi, hingal, at kung anu-anong bulong.

Agad nag-flash sa utak niya ang red alert! Binayo niya ang pinto nang malakas.

“Eunice! Ano’ng nangyayari? Buksan mo ‘to, dali!”

Tahimik. Wala man lang kaluskos. Kaya dali-dali siyang kumuha ng ekstrang susi. Pero bago pa niya magamit, ang pinto kusang bumukas, dahan-dahan.

Sumilip si Eunice—pula ang mga mata, gusot na gusot ang mukha, na puno ng hinagpis.

"*(Sniff!)* Gina... si Tam... si Ethan... iisa lang, huhuhuhu!"

((((((((((o))))))))))

Pagpasok sa opisina, para bang biglang naging forensic investigator si Eunice. Hinablot niya ang file ni Tam at binuklat ulit—seryosong seryoso na, parang may hawak siyang ebidensya sa isang krimen.

Unang target: resignation date ni Tam. Sakto, eksaktong dikit sa petsa ng "unfriend" episode niya kay Ethan. Dati, binalewala niya lang, deadma sa lahat ng red flags. Pero ngayon, parang lahat ng alarm bells ay sabay-sabay na tumutunog!

"NOOOO, nagkataon lang 'yan!" sigaw niya, sabay bagsak ng ulo sa mesa.

Muling sinuri ni Eunice ang file, pilit naghahanap ng butas, kahit maliit na excuse lang. Pang-lima na niyang pagbasa, pero ayaw siyang bigyan ng awa ng katotohanan. Perfect match ang lahat ng detalye.

Doon niya napansin ang isang maliit na sulat sa file tungkol sa mga magulang ni Tam. Dati, dinaan-daanan lang niya. Pero ngayon, biglang naging neon sign sa harap niya.

Nanginginig ang kamay niya habang iniaayos ang papel. At BOOM—kitang-kita: iba ang apelyido ni Tam sa apelyido ng mga magulang niya.

"Ano baaa, paanong hindi ko 'to nakita dati?!"

Bumulwak sa utak niya ang flashbacks—yung araw na dumating si Tam, yung gulo sa lobby, yung lalaking halos magwala. Sa sobrang saya niya sa dagdag na staff, hindi niya na-check nang maayos si Tam. Gusto niya ngayong batukan ang sarili niya.

"Si Tam... Hontiveros. Hindi Cruz. Hontiveros, katulad ng kay Ethan," bulong niya, namumutla.

At doon, tuluyan nang gumuho ang ilusyon niya. Hindi na ito coincidence. Destino na ang sumampal sa kanya.

((((((((((o))))))))))

Dali-daling hinatak ni Gina si Eunice pabalik sa kwarto, habang ang mga mata ng mga tao sa hallway ay naglalaway na sa chismis.

Tinawag niya si Chief Nurse Joan.

"Joan, pakicover muna dito habang kami ni Dr. Gorospe ay may urgent, life-and-death... este, departmental meeting sa opisina niya."

Tumango si Joan, professional face on pero halatang curious na curious.

"Yes po, Dr. Robles. Ako na bahala dito."

"Thank you, you are a lifesaver!"

54
Isa Pang Pasabog

Nang kumalma na si Eunice, inilabas na rin ni Gina ang kanyang nalalaman.

"Alam ko na talaga noon pa, na si Tam ay si Ethan."

"Huh, anong? Alam mo nang si Tam ay si Ethan?" sagot ni Eunice.

Tumango si Gina.

"Hindi naman sekreto na may pagdududa na ako sa tunay na pagkatao ni Tam. Kahit maraming beses na akong napahiya dahil sa mga kapalpakan ko... hindi pa rin nawala ang pagdududa ko sa kanya. Marami talagang pagkakataon na pakiramdam ko'y hindi pwedeng sabihing coincidence lang. Kaya, kahit na mukhang nag-give up ako, hindi ako tumigil at naghintay lang ng pagkakataon."

"Naalala mo yung panahon na nag-host si Albert ng party para sa kanyang, ugh, nominasyon? Naging interesado ako nang makita ko na ang isa sa mga kilalang patrons natin ay lumapit kay Tam. Ang buong alam natin, si Tam lang ay isang ordinaryong tao lang, mahirap pa nga, 'di ba?Nagtaka lang kasi ako kung bakit yung big-time na sponsor natin ay seryosong nakikipag-usap kay Tam? At take note, kita ko kung paano siya humahanga kay Tam."

"Hindi alam ni Tam, inusisa ko yung lalaki nung wala siya at tinanong ko siya tungkol kay Tam. Una, nagkunwari siya na hindi niya kilala si Tam. Mas lalo akong naintriga. Bakit kaya niya dinideny yun?"

"Aha! Kailangan ko nang malaman ang totoo tungkol kay Tam, sabi ko sa sarili ko, panahon na para gamitin ko ang lahat ng charm ko para malaman ang lahat ng ito."

((((((((((o))))))))))

"Hi! Hi! Hi! Sir, biro lang, ang totoo kung bakit ako lumapit sa'yo," sabi ni Gina sa isang flirtatious na tono, "ay dahil si Tammy mismo ang nagpilit na personal kitang samahan at i-tour sa hospital!"

"Tammy, sino yun?" sagot ni Anthony na medyo nahihiya. "Hindi ba sinabi ko na kanina — na hindi ko siya kilala," mariing sagot ni Anthony.

"(Chuckle!) Pwede mo nang itigil ang pagpapanggap, sir. Alam ko na ang sikreto mo. Sinabi sa akin ni Tammy."

"Si Eth..." nasimulan sanang sabihin ni Anthony pero tumigil, "uhm, baka nagkamali ka, talagang hindi ko siya kilala..."

Hindi na siya pinakawalan ni Gina ng nasabi ni Anthony ang salitang "Eth".

"Aww, sir, ang hirap mo naman. Ginagamit ko lang ang pangalang Tammy dahil yun ang alias niya dito. Okay, si Ethan — si Ethan mismo ang nagsabi sa akin na samahan ka,"

Nakita ni Gina na may recognition sa mata ni Anthony ng marinig ang pangalan ni Ethan.

"Got ya!" sabi ni Gina sa sarili, at malakas ay nagsalita, "Sinabi ni Ethan na isa ka sa mga masugid naming sponsor dito, kaya't kailangan kitang bigyan ng special na serbisyo."

"Si Ethan ba ang mismong nagsabi nun?" tanong ni Anthony, tuwang-tuwa.

"Oo naman! Kung hindi dahil kay Ethan, paano kita makikilala dito sa dami ng tao?"

Nakita ni Gina na nakarelax si Anthony at bumaba ang kanyang depensa.

"Ahiii, si Ethan pa pala. Hindi na nga niya sinabi na may taong nakakaalam ng sikreto niya dito. At saka, maganda pa!"

Alam ni Gina na ngayon ay nasa kanyang mga kamay si Anthony.

"Hihihi! Kaya nga ako pinadala ni Ethan, sir. I'm at your service!"

((((((((((o))))))))))

"Ibig mong sabihin, na sa pamamagitan nung Anthony na yun," tanong ni Eunice, "nalaman mo ang tungkol kay Tam at ang kanyang sikreto?"

"(Giggle!) Korekekekek! Kumanta siya na parang ibon. Gusto niyang magmayabang sa akin na malapit sila ni Tam, kaya't sinabi niya lahat ng gusto kong malaman nang hindi ko pa siya tinatanong."

Naghintay si Eunice na magpatuloy pa si Gina, pero sa kakaibang paraan, tumahimik si Gina. Tiningnan ni Eunice ang kaibigan na may pagkalito, pero si Gina ay ngumiti lang. Matapos ang ilang minuto ng hindi maipaliwanag na katahimikan, tinapik ni Eunice si Gina.

"Okay, Gina, ano nang kwento?" tanong ni Eunice, "bakit ka humihinto?"

Tiningnan siya ni Gina ng may pagkapilya sa mata.

"Una sa lahat, gusto ko lang ipaliwanag na hindi ko sinabi agad sa'yo ang tungkol kay Tam kasi ayaw kong magulo ang isip mo."

"Anong ibig mong sabihin?" tanong ni Eunice.

"Halleeerr! Noong mga panahong yun, sobrang in love ka pa, eh, disillusioned with your ex... naalala mo?" sagot ni Gina. "Natakot akong kung nalaman mo ang totoo tungkol kay Tam, baka magalit ka, at Diyos na lang ang nakakaalam kung anong mangyayari — baka paalisin mo si Tam o mag-self-hibernate ka na lang — na siguradong makakasama sa department natin, na hinding-hindi acceptable noon."

Malungkot na tumango si Eunice at nagtanong, "Pero bakit hindi mo sinabi sa akin pagkatapos nung break namin ni Albert?"

Tiningnan siya ni Gina ng may konting pang-aasar.

"Sabihin sa'yo nung nag-break kayo? Sister, nakita mo ba sarili mo nung mga panahon na yun? Parang hunghang ka! Parang wala ka sa sarili at gahibla na lang ay bibigay ka na, tapos inaasahan mong sasabihin ko sa'yo ang lahat? Do you think I'm that dumb? Anyway, nung gumaling ka na, hinahanap ko na lang yung tamang timing para sabihin sa'yo ang totoo. *(Sigh!)* Pero mukhang may ibang plano si Tadhana at nauna pa siya sa akin."

Sa wakas, naintindihan ni Eunice na tinatangkilik siya ni Gina sa pamamagitan ng pagtatago ng katotohanan. Tumulo ang mga luha ni Eunice habang niyayakap ang kaibigan.

"*(Sniff!)* Salamat, Gina! Hindi ko alam kung paano ko nalampasan lahat ng ito kung wala ka."

"Kaya ngayon, ang malaking tanong ay... gusto mo pa bang malaman ang tungkol kay Tam o kay Ethan o si Tam o kung ano man ang gusto mo?"

Tumingin si Eunice sa kanyang kaibigan at dahan-dahang tumango.

55
Masakit Na Katotohanan

Nasa bahay na si Eunice at nakahiga sa kama, pero ang mga rebelasyon na sinabi sa kanya ni Gina ay patuloy na umuukit sa kanyang isipan.

"Si Tam, o mas tamang sabihin na si Ethan, ay talagang isang mayamang anak ng pamilya na may booming na negosyo sa digital design. Si Anthony, ay isa sa mga marami at mayayamang kliyente niya, ay swear na talagang magaling si Ethan pagdating sa trabaho niya. Pagkatapos ng graduation, nagtayo siya ng sariling kumpanya at sa mga taon na lumipas, nakapundar ng yaman na higit pa sa kanyang edad. Ayon mismo kay Anthony, si Ethan ay isang cool cat at mabait na tao. Hindi niya ipinagyayabang ang kanyang yaman at nananatili siyang low-profile."

Ibinahagi rin ni Gina na nakaharap na niya si Tam at narinig ang kanyang paliwanag.

"Ang assignment ni Tam sa department natin ay tila isang tadhana, o kung gusto mo, isang destinasyon. Habang ang kanyang Daddy-o ay nakaratay sa ospital, ginamit ni Tam ang oras para tumulong sa OPD, sa basbas ng kanyang uncle, si Doctor Almario Cruz. Pagkatapos, nang sumiklab ang pandemya, nag-volunteer siya para tumulong, na hindi alam na ikaw pala ang mangunguna sa department na tututok sa COVID. Dahil alam niyang may boyfriend ka na, nagdesisyon siyang itago ang tunay niyang pagkakakilanlan. Ang kalituhan noong panahong iyon ang dahilan ng hindi sinasadyang pagpapalit ng pangalan niya. Ang pangalan niyang Ethan ay naging Than, at sa huli, Tam. At dahil pamangkin siya ni Doctor Cruz, inisip ng lahat na ang apelyido niya ay Cruz."

Binanggit din ni Gina na si Tam ay nasa ibang bansa ngayon at malamang na hindi na babalik even in the near future.

"*(Sob!)* Nagtiis at nagpursigi si Tam para lang makasama ako. Pero napunta lang lahat sa wala. *(Sigh!)* Pasensya na, Tam, pero siguro hindi nga tayo para sa isa't isa. Wala ka na ngayon at wala na akong magagawa pa para ibalik ka."

56
Life Goes On

Bagaman ang COVID-19 pandemic ay nananatiling isang mapanganib na virus na nag-aabang sa gilid, muling sumigla ang buhay sa buong mundo. Muling bumangon ang mga negosyo at naging posible na ang mga face-to-face na klase. Marami pa ring gumagamit ng internet para sa mga online meetings pero pinipili na ito ngayon. Ganun din sa mga online classes, marami pa ring paaralan ang gumagamit nito dahil sa kaginhawaan at flexibility. Bakit pa nga naman ayusin kung hindi naman nasira, ayon nga sa kasabihan.

Pinabilis din ng virus ang paggamit ng online transactions at shopping. Samantalang marami ang hindi komportable sa online payment noon, naging normal na ito sa panahon ng pandemya. Napagtanto ng mga tao kung gaano ito kaginhawa at ligtas kumpara sa mga paniniwala ng iba dati. Habang ang pandemya ay unti-unting humupa, patuloy pa rin nilang pinapaboran ang paggamit nito. Ganun din sa online shopping at pagbili ng pagkain online. Parehong booming na ang mga negosyong ito, patunay na mas matagumpay sila ngayon kumpara noong nakaraan. Bagamat maraming negosyo ang nagsara dahil sa COVID-19, nagbukas naman ito ng mga bagong oportunidad sa kalakalan at komersyo, pati na rin sa mga karera ng maraming indibidwal.

Pinaluwag na rin ang mga travel restrictions at mas marami nang travel opportunities ang available, kabilang na ang migration at career advancements. Mahirap nang isipin na ang mundo ay literal na huminto dahil sa epekto ng COVID-19. Ang mga epekto nito sa buong mundo ay ramdam pa rin, pero isa na lamang itong malungkot na alaala ng nakaraan. Isang matinding paalala kung paano ang isang maling kalkulasyon ay maaaring makaimpluwensya sa ating buhay at kung paano tayo namumuhay.

* * * * * * * * * *

"Gina, I'm going to go abroad."

Ang rebelasyon ni Eunice ay ikinagulat ni Gina.

"A-ABROAD?" sagot ni Gina ng malakas, hindi mapigilan ang gulat. "KAILAN...BAKIT, errr, bakit bigla na lang?"

Nag-adjust si Gina para magtanong ulit sa mas magaan na tono.

"Uhm, magbabakasyon ka ba? Hihihi! Gusto mo bang pumunta sa Disneyland o sa Riviera para mag-relax?"

Ikiniwang ng Eunice ang kanyang ulo.

"Hindi, walang ganoon. Uhm, pupunta ako sa Australia para mag-stay doon. Actually, kami ng buong pamilya — pati sina Mom at Dad."

"Huh? Bakit? Bakit hindi ko nalaman?"

"Hay naku, hindi ba't ikaw nga ang nagmungkahi na baka makakatulong sa akin ang change of sceneries? Eh ito na yun!"

"Aarrgh! Oo, naaalala ko yun. Pero ang ibig kong sabihin noon ay isang bakasyon sa ibang bansa para magpahinga, lalo na't sobrang pagod ka na — pero hindi yung mag-settle doon nang permanente."

"Sa totoo lang, nagsimula lang ito bilang bakasyon sa Australia. Pero nang malaman ng mga magulang ko, nagdesisyon silang sumama. At kebet na si Dad, gusto na talagang mag-retire. Medyo matanda na sila at gusto nilang mag-spend ng mas maraming oras na magkasama habang malakas at malusog pa sila. By chance, may kamag-anak kami na gustong umuwi dito sa Pilipinas at iniisip nilang ibenta ang bahay nila roon. Kaya't long story short, nagpalit kami ng lugar."

"B-But ikaw? Ano ang gagawin mo doon?"

"Talagang parang regalo mula sa Diyos. May position na naghihintay para sa akin sa isa sa mga kilalang ospital doon. Ang kamag-anak ko na tinutukoy ko ay isang resident doctor sa ospital na iyon at siya ang nagrekomenda sa akin para sa posisyong iniwan niya. Masaya ang hospital administration na tanggapin ako."

"Pero hindi ba't kailangan mong mag-submit ng requirements o mag-training muna bago ka makapag-practice doon?"

"Totoo yon, pero and hindi mo alam nitong mga nakaraang buwan, natapos ko na ang mga basic requirements at nakuha ko na ang aking provisional registration para makapag-practice doon. Inaprubahan ito ng Medical Board ng Australia para sa mga international medical graduates gaya ko sa pamamagitan ng Competent Authority process. Kaya't legal na akong cleared para magtrabaho doon."

"Wow at double wow!" ang tanging nasabi ni Gina.

"Kinausap ko na rin ang mga bigwigs ng ospital natin at sinabi ko na sa kanila ang plano ko. Inirekomenda ko rin ang pangalan mo bilang kapalit ko at tinanggap nila ito ng buong puso. Sa totoo lang, natuwa sila nang malaman nilang ikaw ang mananatili. Wala na silang ibang candidate na mas kwalipikado kaysa sa iyo. Actually, nagsimula na silang mag-assign sa iyo ng sarili mong department. Ang pag-alis ko lang ang nagpadali sa proseso."

"Wow at double wow uli! Talaga, Eunice. Hindi ko alam kung anong sasabihin ko..."

"Hala, kung gusto mo, kapag naka-settle na ako sa bagong trabaho ko... kung may opening doon, ire-recommend kita. Paano?"

"Hala, grabe! Pero siguro, hindi pa ngayon, later baka sakali..."

Nagmumukhang magtatanong si Eunice, "Bakit? Ayaw mo bang makasama ako?"

"Halleeerrr? Of course, gusto kong makasama ka. Hihihi! Pero sa ngayon, ang lovelife ko ay blooming, hayaan mo akong mag-enjoy muna."

"Talaga! Masaya ako para sa'yo. *(Giggle!)* At sino ba yung maswerteng lalaki o masasabing malas na lalaki?"

Sinampal ni Gina si Eunice ng pabiro sa balikat.

"Tee-hee, ikaw talaga! Hihihi! Anong akala mo sa'kin? Uhm, seryoso, naaalala mo si Anthony?"

"Anthony? Ummm, Anthony... parang kilala ko yata ang pangalan na yan. Sandali lang."

Pagkatapos ng ilang segundo, lumiwanag ang mukha ni Eunice.

"Whoa, siya ba yung Anthony na sinabi mo noon? Yung isa sa mga mayamang donor ng ospital natin?"

Nahihiyang tumango si Gina.

"Akala ko nung nakipag-usap ako sa kanya noon, doon na yun. Pero mukhang talagang naiinlove siya sa akin. Hinanap niya ako uli... at ngayon, anim na buwan na kami."

"Hihihi! Naughty ka, bakit hindi mo sinabi sa akin?"

"Uhm, hindi ko naman itinatago sa'yo. Kaso nga, alam mo naman, ang paraan kung paano ko siya nakilala ay dahil..."

Hindi na tinapos ni Gina ang kanyang sinabi at nagpakita na lang ng kaunting hindi komportableng ekspresyon kay Eunice. Madaling naintindihan ni Eunice ang discomfort ni Gina.

"Tam..." wika ni Eunice ng hindi sinasadya.

Biglang nagbago ang mood nila.

"Pasensya na, Eunice," sabi ni Gina.

Sinubukan ni Eunice na magpatawa.

"Hala, anong dapat ikinalulungkot ko? Anyway, ikaw ha, kaya pala blooming ka these days! Masaya ako para sa'yo, Gina, totoo!"

At nagyakap ang magkaibigan nang mahigpit.

57
Ang Pag-alis

"So, kailan ka aalis?" tanong ni Gina matapos magsettle sila ni Eunice.

"Sa loob ng isang buwan," sagot ni Eunice. "May mga papeles pa kaming kailangan ayusin pero hindi naman komplikado. Gusto din nina Mama at Papa magdaos ng despedida party bago kami umalis. Huwag kang mag-alala, ikaw at si Anthony ay siguradong iimbitahan!"

"Umaasa ako doon — kung hindi, mag-gate crash kami sa party mo!" *"(Giggle!)* Magdala ng pera, hindi regalo! Biro lang! Hihihi!"

"Puwede ba ang blank check, kaya lang post dated sa 2080? Hihihi!"

* * * * * * * * * *

"Eunice, sana hindi ka magagalit sa tanong ko," sabi ni Gina ng may pag-aalangan, "pero, paano ka naman?"

Tumingin si Eunice kay Gina na may kalituhan.

"Ibig kong sabihin, ang lovelife mo," patuloy ni Gina, "hindi ka pa ba nakakakita ng espesyal na tao? Alam kong maraming manliligaw na umiikot sa'yo pero hanggang ngayon, hindi pa kita nakitang lumabas para magdate...at matagal na ring panahon iyon."

"Hmmm, hindi ko alam..." mabigat na sagot ni Eunice.

"Hey, girl, nakita ko na yung iba sa kanila, at ang ilan sa kanila ay mga absolute dreams. Narinig ko pa nga na karamihan sa kanila ay mayayaman. Ano bang pumipigil sa'yo?"

Napa-shrug lang si Eunice at hindi sumagot.

"Haven't you heard from... Tam?" tanong ni Gina.

Nag-shrug ulit si Eunice.

"Uhm, chinecheck ko ang Facebook niya, friends pa kami, remember? At sa pagkakaalam ko...single pa rin siya at walang commitment."

Ngumiti si Eunice at sumagot, "It's all under the bridge, Gina...let it go na."

"Ano? Pero hindi mo ba siya tinanong muli?"

"Bakit pa, Gina? Siguro nasaktan ko na siya ng sobra. Wala nang kwenta ang balikan pa yun."

"Pero si Tam ay..."

"Uncommitted? Yun ba ang ibig mong sabihin, Gina? Ano ngayon? Akala mo ba na pagkatapos ng lahat ng taon na yun, may nararamdaman pa siya para sa'kin? Hahaha! Ang labo naman nun, tigilan mo na nga yang pa-aasa. Tandaan mo, pinagsabihan at pinahiya ko siya, hindi pa kasama dun ang mga beses na binasted ko siya. Hindi ba't sapat na yun para makalimutan niya ako — ng tuluyan? Sabi mo nga noon, si Tam ay isang dream catch, kaya sigurado marami siyang dahilan para kalimutan ako. Forget it, Gina — tapos na yun, nasa nakaraan na at nailibing na."

"E ikaw?" tanong ni Gina ng mahina.

Sa una, inisip ni Gina na hindi narinig ng kaibigan ang tanong. pero nakita niyang namumugto ang mata ni Eunice at lumuluha. Pumunta siya kay Eunice at niyakap ito. Ramdam ni Gina ang panginginig ng katawan ni Eunice habang umiiyak ito sa kanyang balikat.

"Sorry, Eunice...sorry," iyon lang ang nasabi ni Gina.

* * * * * * * * * *

"Hello, Ethan, long time no hear, pare," sabi ni Larry sa telepono, "may plano ka pa bang bumalik?"

"Hahaha! Actually, tamang-tama ang tawag mo. Papunta ako ng Japan para sa business expansion natin at dadaan ako sa Pilipinas para makita kayong lahat."

"Yeheeeey, maganda 'yan! May kasama ka bang sinuman... girlfriend, fiancée, o asawa?"

"Hahahaha!Funny, funny! Gusto mo bang mawalan ng trabaho?"

"(Hahaha!) Ifi-fireout mo kami? Saan ka pa makakakita ng kasing gwapo ko, pati na si Conrad? Hahaha!"

"Hahaha!

"See you, Ethan! Huwag mag-alala, tutulungan ka namin sa grand feast – maraming mga dancer na nakadamit lang ng alam mo na!"

"Hahaha! Hindi ka pa nagbabago, Larry!"

"(Tawa!) Nagbabago ba ang leopards?"

"By the way, kailan ka darating?"

"Dalawang linggo pa, darating na ako dyan."

"Okidoki, magkita tayo nun!"

* * * * * * * * * * *

Habang hawak ang telepono, nag-isip si Ethan.

"(Sigh!) Kamusta na kaya si Eunice?"

Lagi niyang naiisip si Eunice tuwing tumatawag siya sa Pilipinas. Bagamat gusto niyang tingnan ang Facebook nito, lagi niyang ipinagpapaliban ito sa huling sandali. Sigurado siya na kasal na ito ngayon at wala siyang lakas ng loob na makita siyang naka-gown at lahat.

"Paano na kaya siya ngayon? May mga anak na kaya siya? (Sigh!) Oo nga, siguro kinasal na siya kay Albert. Haaiist, nakakainis!"

58
Goodbye Na Ba Forever?

"**Huhuhu! Bestie, mamimiss kita!" hindi itinago ni Gina ang** pag-iyak.

"*(Sniff!)* Mamimiss din kita, Gina," sagot ni Eunice habang mahigpit nilang niyayakap ang isa't isa.

Pagod na ang mga magulang ni Eunice sa pagtayo kaya pumasok na sila sa departure area. Marami pang oras bago ang kanilang pag-alis at nanatili si Eunice sa labas saglit para makapag-chat pa kay Gina.

"Alalahanin mo, huwag mong kalimutan akong tawagan agad pagdating mo, okay? Huhuhu! Mamimiss kita, Eunice!"

"Syempre, ipinangako ko!"

Dumating si Gina kasama si Anthony para magpaalam kay Eunice.

"Wooo, Gina," pabirong sabi ni Eunice, "if I know, tuwang-tuwa ka na aalis ako para walang magtataray sa'yo kapag hindi ka pumasok dahil sa mga walang katapusang romantic dates niyo ni Anthony."

"Hihihi, sobra ka naman! Pero ngayon na nabanggit mo..."

"Hahaha!" tumawa si Anthony.

"Huwag mo itong gawing palusot ang trabaho mo, Gina, binabalaan kita. Marami ka nang responsibilidad ngayon..."

"Biro lang! Never ba kita pinabayaan, friend? Tsaka, natutunan mo naman akong turuan. Kaya wala kang dapat ipag-alala, okay?"

"Don't worry, Eunice," sabi ni Anthony, "sisiguraduhin kong makakauwi kami agad kapag may pasok siya kinabukasan. Sisiguraduhin ko ring makauwi siya ng safe."

Nang makita ni Eunice si Anthony, naalala niya si Tam pati na ang mga oras nilang magkasama. Tumagos sa kanyang puso ang mga alaala na parang bigla na lang dumating. Pumikit siya upang pigilan ang pagpatak ng mga luha.

"Salamat, Anthony."

Tumingin si Eunice sa oras at nakita niyang malapit na ang kanilang oras ng pag-alis.

"*(Sniff!)* Mukhang ito na nga, Gina. Talagang mamimiss kita!"

"Ganoon din ako, ganoon din ako! I love you, bestfriend!" sagot ni Gina at niyakap nila ang isa't isa ng mahigpit sa huling pagkakataon.

"I love you more! Bye, bye!"

"Bye!"

* * * * * * * * * * *

Nakarating na si Gina sa bahay nang tumunog ang kanyang telepono.

!!!KRRRRIINGGG!!!

!!!KRRRRIINGGG!!!

"Hmp! Sino kaya 'to? Hindi naman siguro si Eunice, eh, mga ilang oras pa lang siyang umalis. Mahigit walong oras ang biyahe papuntang Australia."

Nakita niyang galing sa kanyang messenger ang tawag, kaya't lalo siyang naging curious.

"H-Hello?"

"Hi, Doctor Robles!"

"TAM?!!"

59
Hello At Babay

"TAM, OMG, ikaw ba 'yan?" tanong ni Gina, na gulat na gulat at hindi makapaniwala.

"Hahaha! Bakit, may ibang Tam ka bang kilala na kasing sweet ko?"

"OMG! OMG! Talaga ikaw nga!"

"Kumusta ka na, Doctor?"

"Haaiist! Pwede bang tumigil ka na sa mga kalokohan at tawagin mo na lang akong Gina? Geez!"

Nag-chuckle si Ethan.

"Kumusta ka na, Gina?"

"Hihihi! Okay lang ako, okay lang. By the way, naaalala mo ba si Anthony? Isa sa mga kliyente mo... yung nasa ospital...?"

Isang segundo lang at agad naalala ni Ethan.

"Anthony? Syempre! Isa siya sa mga best clients ko. Uhm, bakit, may problema ba sa kanya?"

"Hihihi! Actually, kabaligtaran nga. Si Anthony ay nagdala sa akin ng mas higit pa sa swerte. Kami na ngayon... matagal na kaming nagsasama..."

"Kayo ni Anthony — talaga! Wow, hindi ko in-expect. Pero, masaya ako para sa inyo. Naniniwala akong kayo ang perfect match. Congratulations!"

"Salamat! Nasaan ka nga pala... bakit ka tumawag ngayon?"

"Actually, pauwi na ako sa Pilipinas. Nasa flight ako, darating ako bukas."

"Wow, talaga?"

"Oo! Matagal-tagal na at, uhm, miss ko na kayong lahat!"

"Ganoon din ako, syempre."

"Kumusta ka na, Gina... at... at si Doctor Gorospe?"

"Doctor Gorospe? Si Eunice... OMG, sa sobrang excitement ko, nakalimutan ko kayong dalawa! Bakit ngayon ka lang kasi tumawag?"

"Bakit, anong nangyari? May na-miss ba ako?" tanong ni Ethan, kinakabahan.

"Na-miss mo si Eunice, yun na!"

"Na-miss ko si Eunice... anong ibig mong sabihin?"

"Katatapos lang niyang umalis papuntang Australia, ilang oras lang ang nakalipas, kaya ayun!" sagot ni Gina nanagtatampo.

"Umalis siya?"

"Oo... at para mag-settle doon ng tuluyan!"

Nanlumo si Ethan.

"Umalis si Eunice papuntang Australia at doon na siya titira?" tanong niya ulit.

"Uhum!" sagot ni Gina.

"W-What about Albert? Hindi ba sila nagpakasal?"

"Albert? Noooo! Matagal na silang nag-break."

"Nag-break sila? Bakit?"

"Dahil nahuli namin yung kabastusan niyang nanloko kay Eunice!"

"Niloko niya si Eunice!" sagot ni Ethan na para bang hindi makapaniwala. Ang ideya na nanloko si Albert kay Eunice ay nagpainit sa dugo ni Ethan. Kung nasa harapan lang siya ni Albert, baka binugbog niya ito ng husto.

"Tam, nandiyan ka pa ba?"

"Ah, oo, Gina, nandito pa ako. Pasensya na, hindi ako makapaniwala na nakayang gawin yun ni Albert sa kanya. Sa totoo lang, baka nga basagin ko ang mukha niya kapag nakita ko siya."

"Kalimutan mo na siya, Tam. Wala na siya, tapos na siya. Ngayon, tanong ko sa'yo, bakit ka tumawag at bakit ngayon lang?"

Tahimik si Ethan ng ilang saglit, bago sumagot.

"Hindi ko naman talaga balak tumawag, pero pauwi ako... at yung pagnanais na malaman ang tungkol kay Doctor Gor... ibig sabihin, kay Eunice, ang nag-udyok sa'kin. Wala akong lakas ng loob na tawagan siya, kaya ikaw na lang tinawagan ko. Pero mukhang hindi na rin mahalaga kasi huli na ako."

"Hmmm, anong pa ang masasabi ko," sabi ni Gina.

Nagpatuloy silang tahimik ng ilang minuto hanggang nagsalita ulit si Gina.

"Uhm, you know me to be direct, di ba Tam, so bakit mo pa gustong malaman ang tungkol sa kaibigan ko? May nararamdaman ka pa ba para sa kanya?"

Naghintay si Gina ng ilang segundo bago sumagot si Ethan.

"Hindi ko kailanman itinigil ang pagmamahal kay Eunice, Gina. Siguro matawag mo akong tanga o hangal, pero siya lang ang tanging hinahanap ng puso ko. By the way, may boyfriend na ba siya pagkatapos ng breakup nila ni Albert?"

"Wala, hindi na siya nagkaroon ng boyfriend simula ng maghiwalay sila ni Albert! Sayang nga kasi parehong kayong nagpapahirap sa sarili niyo, eh pareho lang naman na mahal na mahal ninyo ang isa't isa."

"May nararamdaman din siya para sa akin?" tanong ni Ethan na may halong gulat.

"May naramdaman na siya para sa'yo mula nang pumasok ka sa buhay niya. Alam ko yun. Simula ng dumating ka, naging masaya na ang buhay ng bestfriend ko. Ang loyalty niya lang kay Albert ang naghadlang para hindi nya ito aminin... lalo na sa'yo."

"Aaaahhh!" sigaw ni Ethan ng frustration.

"Ngayon, huli na ang lahat," sabi ni Gina sa wakas.

60
Kapag Nanutil Si Destiny

Nakaupo si Eunice sa loob ng kanilang hotel room at tahimik na pinagmamasdan ang mga kalye sa Jakarta. Nagkaroon ng ilang problema ang flight nila at kinailangan nilang mag-emergency stopover sa Soekarno-Hatta International Airport (CGK) sa Jakarta. Isa itong major hub sa Southeast Asia na may malalaking pasilidad at madalas daanan sa mga biyahe mula Asia papuntang Australia.

Sa konting impormasyon na narinig niya, ang problema ay ang isang sirang indicator light sa cockpit. Ang mga indicator lights na ito ay nagbibigay ng mahalagang impormasyon sa mga piloto tungkol sa kalagayan ng iba't ibang sistema ng eroplano.

Dahil may problema ang ilaw, obligadong sundin ng mga piloto ang mga procedure, na mag-landing sa pinakamalapit na angkop na paliparan sa Jakarta, Indonesia, upang siyasatin ang isyu. Ginagawa ito upang matiyak ang kaligtasan ng mga pasahero at ng eroplano.

Karaniwan, ang delay ng 2-4 na oras ay isang tamang estimate para sa ganitong minor mechanical problem. pero may natuklasang iba pang problema at kinailangan pang imbestigahan. Nag-require ito ng overnight stay sa bansa. Ayon sa regulasyon ng EU at ICAO, binigyan sila ng airline ng hotel accommodation at transportasyon patungong hotel at pabalik.

Hindi maiwasan ni Eunice na humanga sa katahimikan ng gabi. Ang kalmadong kapaligiran ng paligid ay nagpapaisip sa kanya ng bahay.

"(Sigh!) I wonder what Gina is doing tonight? Tee-hee, siguro maron na naman siyang romantic date with Anthony."

Hindi maiwasan ni Eunice na maisip si Tam.

"Tam, sana masaya ka kung nasaan ka man. Miss na kita, at sana naging magkaibang kwento ang mga nangyari sa atin. Nagkakilala tayo sa mga mahirap na sitwasyon pero masaya akong nakilala kita at nagkaroon tayo ng maikling panahon na magkasama. Siguro hindi tayo para sa isa't isa, pero itini-treasure ko ang bawat sandali na nakasama kita."

Tumingin siya sa isang malayong bituin at nagdasal, "I love you, Tam at sana makarating sa'yo ang mensaheng ito, kahit nasaan ka man."

61
Di Nag-Align Ang Mga Bituin

Ang eroplanong sinasakyan ni Ethan ay nag-landing sa Soekarno-Hatta International Airport ng madaling umaga. Ito na ang huling stopover nila bago dumating sa Pilipinas. Allowed silang bumaba para mag-unat ng mga binti at mag-shopping kung gusto nila. Two hours and allowance nila para maglibot o magpasyal bago muling umalis ang eroplano.

Hindi nais ni Tam na lumabas at nagdesisyon na lang na manatili sa loob ng eroplano. Tinitingnan niya ang ilang mga disenyo na kailangan niyang aprubahan kaya ginamit niya ang oras na iyon para i-final check ang mga ito.

Malapit na ang time para muling lumipad nang bigla niyang maalala na kulang pa siya ng ilang "pasalubong" para sa ilan sa mga kamag-anak niya.

"Haaiist! Bakit ko ba nakalimutan? Tiyak na madi-disappoint sila kung hindi ko sila mabigyan ng pasalubong!"

Mabilis na tumayo si Tam at nagtungo palabas ng eroplano.

****

Si Eunice at ang mga magulang niya ay mabilis na pumasok patungo sa departure area. Sila na ang huling dumating at nasa dulo na ng pila. Karamihan sa mga pasahero ay hindi nakatulog ng maayos at mabigat ang mga katawan habang naglalakad patungo sa kanilang eroplano. Nagulat sila nang makasalubong nila ang ilang mga pasaherong papalabas galing sa kabilang direksyon.

Karaniwan, ang mga paliparan ay dinisenyo upang magkaiba ang daraanan ng mga pasaherong dumarating at umaalis, lalo na sa mga international flights, upang pamahalaan ang mga security at immigration processes. Subalit, sa ilang paliparan na may limitadong bilang ng mga gates, malamang na pareho ang gate na gagamitin ng parehong dumadating at umaalis na flight. Ganoon ang nangyari sa Soekarno-Hatta International Airport sa araw na iyon. Napaka-hectic ng araw na iyon at ang daming pasahero ang nagkasabay-sabay ang pagdating at pag alis..

"Wow! Parang sobrang busy ang airport na ito," napansin ni Eunice. "Ang daming pasaherong naglalabasan at pumapasok sa isang area."

****

Samantala, si Ethan ay abala sa pag-iisip kung anong bibilhin.

"Haaiist! Ang daming tao! Kaya ko pa kayang bumili ng mga regalo sa natitirang oras?"

Pinilit niyang mag-concentrate at tumingin sa harap. Nagulat siya nang makita ang isang babae na kahawig ni Eunice na nasa likod ng pila.

"Ahiiii, naglalaro ba ang mga mata ko? Si Eunice ba yun o kamukha lang niya?"

Muli siyang tumingin pero nawala na ang babae sa paningin niya.

Nag-shake siya ng ulo sa inis.

"Ahhhh, grabe na talaga ang imagination ko!"

****

Si Eunice ay malalim din ang iniisip nang makita niya si Ethan. Ipinikit-sara niya ang mata sa inis.

"(Sigh!) Ano bang nangyayari sa'kin? Parang si Ethan palagi ang nakikita ko kahit wala siya. Grabe na 'to..."

Muli siyang tumingin sa paligid sa pag-asang makita pa uli ang imahe ni Ethan pero nabigo siya.

"(Sigh!) Kailangan ko na talagang mag-move on. Hindi pwedeng nabubuhay na lang ako sa nakaraan..."

****

"Ma'am?" tinawag siya ng isang babae mula sa likod. "Parang nahulog po yata ang ballpen niyo."

Tumingin si Eunice sa babae. Hawak ng babae ang ballpen at iniaalok ito sa kanya. Tiningnan ni Eunice ang ballpen at pagkatapos ay nag-shake ng ulo.

"Oh, salamat, Ma'am, mukhang pamilyar nga siya pero sorry, hindi po 'yan akin," sagot ni Eunice habang patuloy na naglalakad.

"Oh, ganun ba," sagot ng babae. Nakita ni Eunice na binigay ng babae ang ballpen sa stewardess para itago.

* * * * * * * * * *

"Excuse me, sir, ito ba ang daan patungo sa exit?"

Lumingon si Ethan at tumingin sa lalaking nagtatanong sa kanya sa likod ng pila.

"Oo, sir. Ito ang daan patungong exit," sagot niya nang hindi humihinto. "Actually, palabas na rin ako."

"Pwede ba akong makisabay?" tanong ng lalaki.

"Syempre!" sagot ni Ethan habang pinapakita ang daan.

* * * * * * * * * *

Mula sa overhead address system ng airport, sumigaw.

"Attention passengers of Philippine Airlines flight PRPR123 from Manila to Melbourne. We are now boarding Zone 4. Passengers holding boarding passes with Zone 4 printed on them may now proceed to Gate 4 for boarding. Please have your boarding pass and passport ready. Maraming Salamat."

"Oops, Dad, Mom, tayo na 'yan!" sabi ni Eunice, "Tinatawag na nila ang flight natin.

* * * * * * * * * *

Si Ethan naman ay masayang nakikipag-usap sa lalaking kasama niya.

"Uuwi ka pala sa Pilipinas pagkatapos ng matagal na panahon!" komento ng lalaki.

"Oo, first time na uuwi na ulit ako," sagot ni Ethan.

Pagtingin niya sa unahan, nakita ni Ethan ang exit gate at ang mga tindahan ng regalo sa dulo. Agad siyang naglakad patungo doon.

"Ayan na ang exit," itinuro niya sa lalaki. "Tara na!"

Hindi alam ni Ethan at Eunice na dinaanan nila ang isa't isa na hindi man lang nila nalalaman.

* * * * * * * * * *

Ano ba naman ito, Destiny, one chance na magkita sina Ethan at Eunice, pinaso mo pa! Isang napakasakit na biro itong ginawa mo Destiny.

Owwws, talaga?

* * * * * * * * * *

Habang papunta si Eunice at ang mga magulang niya sa boarding bridge, naalala niya ang isang bagay.

"Wait! Naalala ko na ang ballpen — kay Dad pala 'yun! Kaya pala pamilyar sa akin..."

"Mom, Dad, mauna na muna kayo," sabi niya sa mga magulang, "May babalikan lang ako. Babalik din agad ako."

"Huwag ka masyadong matagal, anak!" tawag ni Mom.

Mabilis na tinahak muli ni Eunice ang dinaanan niya para hanapin ang stewardess.

Si Ethan naman ay nagbago na rin ang isip nang makita ang dami ng tao sa mga gift shops.

"Nope, hindi ko na kayang gawing mamili! Ang daming tao at malapit na ang oras ng departure namin. Maghanap na lang ako ng mga pasalubong sa Duty Free shop."

"Sorry, sir," sabi niya sa lalaking kasama niya, "I change my mind. Hindi na ako lalabas."

Umatras siya at tumakbo pabalik sa eroplano.

* * * * * * * * * *

Si Eunice ay abala sa paghahanap ng stewardess, hindi alintana ang mga tao sa paligid.

Si Ethan naman ay nakatingin sa unahan kung saan naroroon ang eroplano nila.

Pero hindi pa rin sila nagkikita.

Until...

Finally, sa pangalawang pagkakataon, nagkabanggaan silang dalawa.

"TAM?"

"EUNICE!"

* * * * * * * * * *

Sa wakas, ngumiti din si Destiny sa kanilang dalawa!

~ ~ ~ ~ ~ ~ ~ ~ ~

Epilogue

🌞good morning, eunice

🌈 good morning, ethan

---

kmusta ka today?

---

medyo pagod, pero sumasaya kapag nagme-message ka

---

owwws, talaga?

---

totoo, buo na ang araw ko kapag nabasa ko ang message mo.

---

umm, nasa hospital ka pa rin, ano?

---

paano mo nahulaan?

---

feel ko lang.

😁😁😁 marunong ka na palang manghula

- - -

siguro...

hihihi! nagpapatawa, hindi naman kalbo!

- - -

uhm, btw baka hindi ko na ikaw laging ma-message

- - -

huhuhu, bakit naman?

- - -

long story short, magba-branch-out ang company sa ibang bansa at ako yung magiging head

- - -

nalungkot naman ako. baka naman pwede kang mag-message ulit sa akin pag settled ka na dun

- - -

siguro, pero hindi na siguro gaanong kadalas

- - -

bakit, ayaw mo na ba sa akin?

- - -

kasi yung bagong branch namin ay...

- - -

binitin mo naman ako. saan?

- - -

...dito sa australia.

- - -

ayoko ng ganyang biro, hindi ako natutuwa. 😡😞😫

- - -

promise, Eunice, tumingin ka sa may pinto, nandito na ako!

- - -

naandi...

- - -

"ETHAN!"

~ ~ ~ ~ ~ ~ ~ ~

FATE is what's inevitable and beyond your control.

DESTINY is what you make of your fate through your choices and actions.

~ ~ ~ ~ ~ ~ ~ ~

😁😁😁 **THE END** 😁😁😁

www.ingramcontent.com/pod-product-compliance
Lightning Source LLC
LaVergne TN
LVHW050849051026
849532LV00006BA/2171
* 9 7 8 6 2 1 8 4 1 8 9 9 8 *